என் பயணம்

"Unauthorised use of the contents of this published book, whether in e-book or hardcopy format, for any type of Artificial Intelligence (AI) training - including but not limited to Machine Learning, Deep Learning, Natural Language Processing, Computer Vision, Chatbot Training, Image Recognition Systems, Recommendation Engines, and Language Models - is strictly prohibited without prior licensing from the publisher. Any such unauthorised use may result in legal action."

என் பயணம்

அசோகமித்திரன் (1931–2017)

இயற்பெயர் ஜ. தியாகராஜன். செகந்தராபாத்தில் பிறந்தார். மெஹ்பூப் கல்லூரியிலும் நிஜாம் கல்லூரியிலும் ஆங்கிலம், இயற்பியல், வேதியியல் படித்தார். தந்தையின் மறைவுக்குப் பின் இருபத்தொன்றாம் வயதில் குடும்பத்துடன் சென்னையில் குடியேறினார். *கணையாழி* மாத இதழின் ஆசிரியராகப் பல ஆண்டுகள் பணியாற்றினார்.

1951முதல் தமிழிலும் ஆங்கிலத்திலும் எழுதினார். சிறுகதை, குறுநாவல், நாவல், கட்டுரை, விமர்சனம், சுய அனுபவப் பதிவு போன்ற பிரிவுகளில் அறுபது நூல்களுக்கும் மேல் எழுதியிருக்கிறார். பல இந்திய மொழிகளிலும் சில ஐரோப்பிய மொழிகளிலும் இவரது நூல்கள் மொழி பெயர்க்கப்பட்டுள்ளன. 1973இல் அமெரிக்காவின் அயோவா பல்கலைக்கழகத்தின் எழுத்தாளர்களுக்கான சிறப்புப் பயிலரங்கில் கலந்துகொண்டவர்.

1996ஆம் ஆண்டு சாகித்திய அகாதெமி விருதுபெற்றார்.

அசோகமித்திரன் தனது 85ஆவது வயதில், 23.03.2017 அன்று சென்னை வேளச்சேரியில் காலமானார்.

மனைவி: ராஜேஸ்வரி. மகன்கள்: தி. ரவிசங்கர், தி. முத்துக்குமார், தி. ராமகிருஷ்ணன்.

அசோகமித்திரனின்
பிற காலச்சுவடு வெளியீடுகள்

நாவல்

- ❖ 18வது அட்சக்கோடு (கிளாசிக் வரிசை)
- ❖ ஒற்றன்!
- ❖ யுத்தங்களுக்கிடையில் . . .
- ❖ மானசரோவர் (கிளாசிக் வரிசை)
- ❖ தண்ணீர் (கிளாசிக் வரிசை)
- ❖ கரைந்த நிழல்கள் (கிளாசிக் வரிசை)
- ❖ இந்தியா 1944-48
- ❖ இன்று
- ❖ ஆகாயத் தாமரை

சிறுகதை

- ❖ ஐந்நூறு கோப்பைத் தட்டுகள் (கிளாசிக் வரிசை)
- ❖ வாழ்விலே ஒரு முறை (முதல் சிறுகதைத் தொகுப்பு வரிசை)
- ❖ அழிவற்றது
- ❖ 1945இல் இப்படியெல்லாம் இருந்தது . . .
- ❖ இரண்டு விரல் தட்டச்சு
- ❖ அசோகமித்திரன் சிறுகதைகள் (முழுத் தொகுப்பு)
- ❖ அமானுஷ்ய நினைவுகள்

குறுநாவல்

- ❖ அசோகமித்திரன் குறுநாவல்கள் (முழுத் தொகுப்பு)
- ❖ மணல் (கிளாசிக் வரிசை)

கட்டுரை

- ❖ எரியாத நினைவுகள் (கிளாசிக் வரிசை)
- ❖ சில ஆசிரியர்கள் சில நூல்கள்
- ❖ படைப்புக் கலை
- ❖ ஒரு பார்வையில் சென்னை நகரம்
- ❖ ஆடிய ஆட்டமென்ன
- ❖ திரைக்குப் பின்

அசோகமித்திரன்

என் பயணம்

காலச்சுவடு பதிப்பகம்

● அன்பார்ந்த வாசகருக்கு,

வணக்கம்.

காலச்சுவடு நூலை வாங்கியமைக்கு நன்றி.

நூலின் உள்ளடக்கம், உருவாக்கம், அட்டைப்படம் இன்ன பிற அம்சங்கள் பற்றிய உங்கள் கருத்துகளையும் ஆலோசனைகளையும் காலச்சுவடு வரவேற்கிறது. தகவல், எழுத்து, வாக்கியப் பிழைகள் தென்பட்டால் அவசியம் தெரிவித்து உதவுங்கள். நூல் தயாரிப்பில் கடும் குறைபாடு இருப்பின் மாற்றுப் பிரதி உங்களுக்குக் கிடைக்கக் காலச்சுவடு ஏற்பாடு செய்யும்.

மின்னஞ்சல்: **publisher@kalachuvadu.com**

காலச்சுவடு நாகர்கோவில் அலுவலகத்திற்குக் கடிதம் அனுப்பலாம்.

தங்கள்
எஸ்.ஆர். சுந்தரம் (கண்ணன்)
பதிப்பாளர் — நிர்வாக இயக்குநர்

என் பயணம் ♦ கட்டுரைகள், நேர்காணல்கள் ♦ ஆசிரியர்: அசோகமித்திரன் ♦ © ராஜேஸ்வரி, தி. ரவிசங்கர், தி. முத்துக்குமார், தி. ராமகிருஷ்ணன் ♦ முதல் பதிப்பு: நவம்பர் 1988 ♦ காலச்சுவடு முதல் பதிப்பு: மே 2025 ♦ வெளியீடு: காலச்சுவடு பப்ளிகேஷன்ஸ் (பி) லிட்., 669, கே.பி. சாலை, நாகர்கோவில் 629001

காலச்சுவடு பதிப்பக வெளியீடு: 1356

en payaNam ♦ Essays and Interviews ♦ Author: Ashokamitran ♦ © Rajeswari, T. Ravishankar, T. Muthukumar and T. Ramakrishnan ♦ Language: Tamil ♦ First Edition: November 1988 ♦ Kalachuvadu First Edition: May 2025♦ Size: Demy 1 x 8 ♦ Paper: 18.6 kg maplitho ♦ Pages: 160

Published by Kalachuvadu Publications Pvt. Ltd., 669, K.P. Road, Nagercoil 629001, India ♦ Phone: 91-4652-278525 ♦ e-mail: publications @kalachuvadu.com ♦ Printed at Print Point Offset Printers, Nagercoil 629001

ISBN: 978-93-6110-519-7

05/2025/S.No. 1356, kcp 5743, 18.6 (1) 1ss

பொருளடக்கம்

ஒரு நிமிடம்	9
கட்டுரைகள்	
நானும் என் எழுத்தும்	13
தூண்டுகோல்	17
கல்லூரி வாழ்க்கையின் கடைசி நாள்...	19
18-வது அட்சக் கோட்டில்	22
மரணச் சக்கிரம்	60
பேனாவே ஊன்றுகோலானதும்	68
'கரைந்த நிழல்கள்' திடமான கதை	74
கதையின் கதை – ஒரு பிரயாணம்	78
என் பாத்திரங்களில் எனக்குப் பிடித்தது	83
ஒருக்கால் சுதேசமித்திரன்...	88
அமெரிக்காவிலிருந்து திரும்பிய பின்	98
ஏழு கடிதங்கள்	103
பார்க்குக்குப் போகலியா?	114
காஃபி – கிரீம் – கமலாதாஸ்!	116

நேர்காணல்கள்

ஒரு கலந்துரையாடல்	125
ஒரு பேட்டி	136
சிங்களத் தீவினிலே ஒரு சந்திப்பு	142
ஒரு இலங்கைத் தமிழ் மாணவனோடு பேசியபோது	150
கவிஞர் காமராசன் விவாதிக்கிறார்	154

ஒரு நிமிடம்

இத்தொகுப்பில் உள்ள கட்டுரைகளும் பேட்டிகளும் வெவ்வேறு காலத்தில் உருவானாலும் இவை அனைத்திற்கும் ஒரு பொதுப்பண்பு இருக்கிறது. இவை எல்லாமே என்னைப் பற்றியது. இவை தோன்றிய வெளியீடுகளும் எழுதப்பட்ட காலமும் பொருளடக்கத்தில் குறிப்பிடப்பட்டிருக்கின்றன.

திருச்சியில் ஆங்கிலப் பேராசிரியராகப் பணியாற்றிவரும் சிறந்த இலக்கியவாதியான எஸ். ஆல்பர்ட் அவர்களும் திருச்சி புனித வளனார் கல்லூரியில் தமிழ்த்துறையில் பணியாற்றும் அந்தோனி குருசு அவர்களும் தந்த உந்துதலால்தான் எங்கெங்கோ சிதறிக்கிடந்த இக்கட்டுரைகளை ஒன்றுசேர்க்க வேண்டிய அவசியம் ஏற்பட்டது. இவை தொகுப்பாகப் பிரசுரிக்கப்படக் கூடியவை என்ற நம்பிக்கையைத் தெரிவித்தவர் நண்பர் நர்மதா இராமலிங்கம் அவர்கள். இவர்கள் மூவருக்கும் நான் மிகவும் கடமைப்பட்டிருக்கிறேன்.

இத்தொகுப்பு ஏதாவது ஒரு வகையில் ஒரு வாசகருக்கும் என் எழுத்துக்கும் இடையே உள்ள உறவை வலுப்படுத்த வேண்டும். இத்தொகுப்பை மட்டுமே காண முடிந்தவர்களுக்கு ஒரு தமிழ் எழுத்தாளனின் எழுத்துப் பயணம் குறித்து ஒரு கண்ணோட்டம் தரக் கூடுமானால் நான் மிகுந்த மகிழ்ச்சியடைவேன்.

சென்னை, **அசோகமித்திரன்**
அக்டோபர், 1988.

(முதல் பதிப்பிற்கான முன்னுரை)

கட்டுரைகள்

நானும் என் எழுத்தும்

இது ஆசிரியர் அழைப்பின் மீது எழுதப்படும் பகுதி. பொதுவாகப் பிரபலஸ்தர்களுக்குப் பொருந்திப் போகும் பகுதி. பிரபலமாவதும் தன்னைப் பற்றி விவரித்துக்கொள்வதில் தேர்ச்சி யடைவதும் இணைந்து செல்பவை. மூன்று முறை முழுக் கட்டுரை எழுதித் தூக்கிப் போட்டுவிட்டு நான்காவதாக இதை எழுதுகிறேன்.

சுமார் இருபது ஆண்டுகளாக எழுதிக் கொண்டிருக்கிறேன் என்று கூறலாம். அச்சில் பெயர் வந்து பதினைந்து ஆண்டுகளுக்கு மேலாகப் போகிறது. அதற்கும் முன்னால் நான் எழுதிய ஒரு, ஒரு-மணி-நேர ரேடியோ நாடகத்திற்கு நமது அகில இந்திய ரேடியோக்காரர்கள் பரிசு கொடுத்தார்கள். சுமார் நான்கைந்து நாட்கள் உட்கார்ந்து எழுதி போட்டிக்கு அனுப்பித்த அந்த நாடகத்தை, பரிசு முடிவு அறிவிக்கப்பட்ட பின் ஒரு முறை வாசித்துப் பார்த்தேன். உடனே என் கைப்பிரதி, நாடகத்திற்காக நான் எழுதியிருந்த குறிப்புகள் எல்லாவற்றையும் சுக்கு நூறாகக் கிழித் தெறிந்தேன். அந்த நாடகத்தை இன்று ஏதாவது போட்டிக்கு மறுபடி அனுப்பித்தால் அவசியம் பரிசு பெறும்.

என் கதைகளைப் பொறுத்தமட்டில் அச்சுப் படுத்தும் முடிவுகள் அவ்வளவு சீக்கிரம் எடுக்கப் படவில்லை. ஒவ்வொரு கதையும் சாவகாசமாகப்

பத்திரிகைக் காரியாலயங்களுக்குச் சென்றுவிட்டு வரும். அந்நாளில் அநேகமாக எல்லாப் பத்திரிகைக்காரர்களும் அவர்களுடைய முடிவை, அதாவது பிரசுரிக்க இயலாது என்ற முடிவை, ஒரு ரப்பர் – ஸ்டாம்பு கொண்டு கையெழுத்துப் பிரதி மீது முத்திரையடித்துத் திருப்பியனுப்புவார்கள். என்னுடைய கையெழுத்துப் பிரதிகளின் முதல் பக்கத்தில் பல கட்டங்கள் வரைந்து வைத்திருப்பேன். அவற்றில் வெவ்வேறு பத்திரிகைகளுக்கான ரப்பர் – ஸ்டாம்பின் சுற்று வடிவத்தை வரைந்து 'இந்த இடம் இந்தப் பத்திரிகைக்காக ஒதுக்கப்பட்டிருக்கிறது' 'இந்த இடம் அந்தப் பத்திரிகைக்காக ஒதுக்கப்பட்டிருக்கிறது' என்று குறிப்பிடவும் செய்திருப்பேன். அப்படியிருந்தும் பத்திரிகைக்காரர்கள் கண்ட கண்ட இடங்களில் முத்திரையடித்துத் திருப்பியனுப்பிவிடுவார்கள். ஒரே ஒரு முறை மட்டும் குமுதம் பத்திரிகை ஒழுங்காக நான் வரைந்திருந்த எல்லைக்குள் முத்திரையடித்துத் திருப்பி யனுப்பியது.

இந்தக் கதைகள் பல என்னிடம் தங்கிப் போயின. இந்த ஆண்டு சுதேசமித்திரன் ஆண்டு மலரில் வெளியான 'நம்பிக்கை' 1961ஆம் ஆண்டில் எழுதிய கதை. 'தீபம்'ஆண்டு மலரில் வெளியான 'அவனுக்கு மிகப் பிடித்தமான நக்ஷத்திரம்', 1956இல் எழுதப்பட்டது. நான் ஆங்கிலத்தில் எழுதிய கதைகளும் பல என் கைவசம் இருக்கின்றன. சமீபத்தில் 'இல்லஸ்டிரேட்டட் வீக்லி' வெளியிட்ட என் கதை பதினைந்து ஆண்டுகளுக்கு முன்பு எழுதியது. இப்போது அந்தக் கதையைத் தேர்ந்தெடுத்த நடுவர் ஒருவர் எழுதியிருந்தார்: 'புதுமையான படைப்பு. . .'

இதனால் இப்போது வெளியாவதெல்லாமே என்னுடைய பழங்கதைகள் தான் என்ற முடிவுக்கு வந்து விடக் கூடாது. ஆண்டுக்கு மூன்று புதுக்கதைகள் எழுதுகிறேன். உண்மையில் ஒரு ஆண்டுக்கு இரண்டு அல்லது மூன்று கதைகளுக்கு மேல் எழுத எனக்கு முடியவில்லை. இந்த 1970இல் ஐந்தாறு புதுக்கதைகள் 'போட்டோ' – (ஏப்ரல் 1970), 'கல்யாணம் முடிந்தவுடன்' (செப்டம்பர் 1970), 'குதூகலம்' (நவம்பர் 1970).

என்னை முதன்முதலில் எழுதத் தூண்டிய எழுத்துக்கள் கல்கியுடையதும் சார்லஸ் டிக்கன்சுடையதும் என்று கூறிக் கொள்ள வேண்டும். இருவருக்கும் இலக்கிய உலகில் அவ்வளவு அந்தஸ்து இல்லை. டிக்கன்ஸ் எழுத்தில் மேற்பூச்சான எளிமை. கல்கி எளிதாகவே எழுதினார். தெளிவு, சீரான ஓட்டம், உருவ அமைதி – இவ்வம்சங்களுக்காக. க.நா.சு.வின் 'வாழ்ந்தவர் கெட்டால்' நாவலைக் கண்டு மிகவும் வியந்திருக்கிறேன்.

நூல் வடிவத்தில் என்னுடையது ஒரு புத்தகம் ("கரைந்த நிழல்கள்") வந்திருக்கிறது. ஒரு நண்பர் (இவர் பெயரை வெளியிட எனக்கு அனுமதியில்லை) எடுத்துக்கொள்ளும் முயற்சியால் என் கதைகள் கொண்ட தொகுப்பு வெளிவரவிருக்கிறது. ஜனவரி 1971க்குள் நூறு வாசகர்கள் இப்புத்தகம் வாங்க முன் வந்து ரூ.5/– அசோகமித்திரன், தாமோதர ரெட்டித் தெரு, தியாகராய நகர், சென்னை–17 விலாசத்திற்கு அனுப்புவார்களேயானால் மார்ச் 1971க்குள் புத்தகப் பிரதிகளை தபால்செலவு இலவசமாக அனுப்ப அவர் எண்ணியிருக்கிறார். புத்தகம் சுமார் 200–250 பக்கங்கள் கொண்டதாயிருக்கும். பணம் அனுப்புபவர்களின் பணம் உத்திரவாதம்.

வேறு இரு தொகுப்பு நூல்களில் என் கதைகள் இடம் பெற்றிருக்கின்றன. ஒன்று வாசகர் வட்டத்தின் 'அறுசுவை' இன்னொன்று 'நகுலன்' வெளியிட்ட 'குருக்ஷேத்திரம்' 'அறுசுவை' நல்ல தொகுப்பு, சம்பிரதாய கோட்டுக்குள் அடங்கியிருக்கும் வெளியீடாயினும், 'குருக்ஷேத்திரம்' வெளி வந்து இரண்டாண்டுகளுக்கு மேலாகியும் நூறு பிரதிகள் தான் விற்றிருக்கின்றன. இந்த நூல் தற்காலத் தமிழ் இலக்கிய வளர்ச்சியை உண்மையாக, அழகாக, அறிவுபூர்வமாக, பல படைப்பிலக்கியத் துறைகள் மூலமாகப் பிரதிபலிக்கிறது.

உத்தி மட்டுமே இலக்கியமாகி விடும் என்று நான் எண்ண வில்லை. ஓர் உத்தி கையாளப்பட்டிருக்கிறது என்ற நினைப்பே எழச் செய்யாத உத்திதான் மிகச் சிறந்ததாக நினைக்கிறேன். சொல்ல வேண்டிய பொருள் மனிதனுக்கு வெளியே இருப்பது. இதனால் ஒரு பொருளைப் பற்றி இருவர், அல்லது பலர், எழுதக் கூடும். ஆனால் ஒவ்வொரு எழுத்தாளனும் ஒரு பொருளைக் காரணமாகக் கொண்டு அவனுக்கென்ற தனிப்பட்ட வகையில் மனவெழுச்சி அல்லது நெகிழ்ச்சியடைகிறான், இதன் தீவிரம்தான் எழுத்துக்குத் தரமளிக்கிறது என்று நினைக்கிறேன். என் வரையில் என் அனுபவம் எனக்கே சொந்தம். ஆதலால் நான் எழுத நினைத்திருக்கும் கதைகளை வேறு யாராவது எழுதி விடுவார்களோ என்ற பயம் இல்லை.

மனிதர்கள் நடுவில் இருக்கிறேன். நான் எழுதும் எழுத்தை நான் புரிந்துகொள்ளும் வகையில் புரிந்துகொண்டு வாசிக்க ஒரு வாசகனாவது இருப்பான் என்று தான எழுதுகிறேன். மனித மனநிலை ஓயாமல் ஊசலாடிக்கொண்டிருப்பது என்பது என் அனுபவம். அதனால் இரு அடுத்தடுத்து வரும் வாக்கியங்கள் கூட அந்த ஊசலாட்டத்தைப் பிரதிபலித்தால்தான் எழுத்து உண்மையானது என்று நினைப்பேன்.

என் கதைகளில் அநேகமாக எல்லாமே எனக்குப் பிடித்தவை. 'மறுபடியும்', 'வாழ்விலே ஒரேமுறை', 'மஞ்சள் கயிறு' என்ற கதைகள் மிகவும் பிடித்தமானவை. எப்போதோ நிகழப் போவதைப் பற்றி இப்போது என்ன என்று சிலர் அல்லது பலர் கேட்பார்கள். ஆனால் சில நம்பிக்கைகளில் தான் ஒவ்வொரு காலகட்டத்திலும் இலக்கியங்கள் தோன்றியிருக்கின்றன.

தீபம், 1971

தூண்டுகோல்

இருபத்தி நான்கு ஆண்டுகளுக்கு முன்பு சென்னை வந்து குடியேறியபோது என் எதிர்காலம் எழுத்தோடு சம்பந்தப்படும் என்று நான் எதிர்பார்க்க அறிகுறிகள் இல்லை. நான் வேலை பார்த்து வந்த ஜெமினி ஸ்டூடியோவில் எனக்கு நெருங்கிய நண்பர்களில் ஒருவர் எடிட்டிங் பிரிவைச் சேர்ந்தவர், இன்னொருவர் டைரக்டருக்கு உதவியாளர்.

அந்த ஆண்டு சென்னைக்கு எம்.ஆர்.ஏ. குழுவினர் வந்தனர். சென்னை மட்டுமில்லை, பல இந்திய நகரங்களுக்கும் அவர்கள் விஜயம் செய்தனர். *M.R.A.* என்பது *Moral Re-armament* என்பதின் சுருக்கம். ஆயுதப் பெருக்கு எங்கும் நிகழ்ந்தவண்ணம் இருக்கையில் நல்வழிப் பெருக்கு ஏற்பட வேண்டும் என்று மேலை நாட்டில் தோன்றிய இயக்கம் *M.R.A* இவர்களுடைய உண்மையான நோக்கம் இதல்ல. கம்யூனிசத்தின் செல்வாக்கைக் குறைப்பதுதான் இவர்களுடைய திட்டம் என்பவர்களும் உண்டு. எம்.ஆர்.ஏ. குழுவினரால் ஒரு நன்மை ஏற்பட்டது. அவர்கள் போன இடமெல்லாம் மிகச் சிறப்பாக இரண்டு நாடகங்கள் நடித்துக் காட்டினார்கள். சில நாடக உத்திகள் அவர்கள் மூலம் தமிழ் நாட்டிற்குக் கிட்டியது. முக்கியமாக அரங்க நிர்மாணம், அரங்க ஒளி *(Stage Lighting)* இவ்விரு பிரிவுகளில் அவர்கள் முன்னேற்றம், திறமை நாம் அதுவரை அதிகம் அறிந்திராதது.

M.R.A. வந்துபோன சில மாதங்களுக்கெல்லாம் தமிழ்ப் பத்திரிகைகளில் ஒரு புது நாடக முயற்சி

பற்றி மிகவும் பாராட்டிச் செய்திகள் வந்தன. (அப்போது இன்றுள்ளதுபோல சபாக்கள் சென்னையில் நிறைந்து கிடக்கவில்லை. நாடக முயற்சிகள் சபாவை மட்டுமே நம்பித் தொடங்கப்படவில்லை. நவாப் ராஜமாணிக்கம் குழு, என்.எஸ்.கே. நாடகக் குழு போன்றவை நேரடியாகக் கொட்டகைகள் அமர்த்திக்கொண்டு நாடகம் நடத்திய காலம் அது.) நானும் அப்புது முயற்சியைப் பார்க்கச் சென்றேன். எனக்கு இரு ஆச்சரியங்கள் காத்திருந்தன. எம்.ஆர்.ஏ. குழுவினருக்கு இருந்த இயந்திர வசதிகள் கிடைக்கப் பெறாவிடினும் இந்தத் தமிழ் முயற்சி எம்.ஆர்.ஏ. நாடகங்களில் சாதித்துக் காட்டியதெல்லாம் சிறப்பாகச் செய்து காட்டியது. இந்நாடக முயற்சியின் தலைவர் எஸ்.வி. சகஸ்ரநாமம். நாடகம், ‘கண்கள்’. எனக்கு உண்டான இன்னொரு மகிழ்ச்சியான வியப்பு அந்த நாடகத்தை எழுதியவர் என் ஸ்டூடியோ நண்பரான என்.வி. ராஜாமணி. சினிமாவில் டைரக்டருக்கு உதவியாளராகப் பணியாற்றிய அவர் ஒரு நாடகாசிரியர் என்பது முன்னமேயே எனக்குத் தெரியாது.

‘கண்கள்’ நாடகத்தை தொடர்ந்து எஸ்.வி.எஸ். குழுவினர் ‘இருளும் ஒளியும்’ என்றொரு நாடகத்தை மேடையேற்றினர். இதுவும் என்.வி. ராஜாமணி எழுதியது. இதுவும் பல புதுமைகள் கொண்டது. நான்கு நடிகர்கள், நான்கு காட்சிகள், சுருக்கமான வசனம், மிகை நடிப்புக்கு வழியமைக்காத டைரக்‌ஷன்; இது மட்டுமல்லாமல் அரங்க நிர்மாணம், மேடை ஒளி இரு பிரிவுகளிலும் இந்த நாடகமும் ஒரு சிறந்த எடுத்துக்காட்டாக இருந்தது. (இது கலா சாகரம் ராஜகோபாலின் சாதனை).

இவ்விரு நாடகங்கள் எனக்கும் ராஜாமணி அவர்களுக்கும் உள்ள நட்பு வளர வழி செய்தன. ராஜாமணி அவர்கள் மூன்றாவது நாடகமாக ‘வானவில்’ எழுதும்போது அநேகமாக எல்லா நேரமும் அவருடனேயே இருந்தேன். அந்த நாடகத்தின் ஒவ்வொரு கட்டத்தையும் அவர் என்னோடு விவாதித்து அலசியிருக்கிறார். ‘வானவில்’ அதனுடைய காலத்திற்கு முன்னதாக வெளிவந்த தமிழ் நாடகம். அதை ஒரு வெற்றி நாடகம் என்று இதுவரை யாரும் ஒப்புக்கொள்ளவில்லை. அந்த ‘வானவில்’ நாடகத்தோடு ஏனோ ‘கண்கள்’ ‘இருளும் ஒளியும்’ கூடக் காலப்போக்கில் புதையுண்டு போய்விட்டன.

‘வானவில்’ எழுதப்பட்ட நாட்கள்தான் என்னையும் எழுத வைத்தது. என்னுடைய முதல் படைப்பே ஒரு நாடகந்தான்—ஒரு ரேடியோ நாடகம். பெயர், ‘அன்பின் பரிசு’, மோசமான நாடகம். அதற்குப் பரிசு கூடக் கிடைத்தது.

***தமிழ் மன்றம்*, கல்கத்தா, 1981**

கல்லூரி வாழ்க்கையின் கடைசி நாள். . .

சைக்கிளில் போவதில் ஒரு, சௌகரியம். ஹுசேன் சாகர் ஏரிக்கரையான டாங்க் பண்டைக் கடந்துவிட்டால் இடதுபுறம் திரும்பி பஷீர்பாக் வழியாக நிஜாம் கல்லூரியை அடையலாம், இல்லை, நேராகச் சென்று ஓ.டி.சி. பப்ளிக் கார்டன்ஸ் எல்லாம் சுற்றி ஃபதே மைதானத்தின் மறுபக்கம் வழியாகவும் போய்ச் சேரலாம். அரை மைல் நீள அகலத்தில் பிரம்மாண்டமான பிலியர்ட்ஸ் மேஜை மாதிரி ஒரு சீரான அந்தத் தட்டை நிலத்தில் அவ்வப்போது போலோ ஆடுவார்கள். அரண்மனை போன்ற பெவிலியனிலிருந்து நவாபுகள் ஆட்டத்தைப் பார்ப்பார்கள். தானத்தின் ஒரு மூலையில் ஒரு ஸ்விம்மிங்பூல். ராஜாக்கள் தலையெடுப்பதற்கு முன் ஹைதராபாத் நாணயம் கால் ரூபாய் கொடுத்துவிட்டுக் குளிக்கப் போவோம். சிகந்தராபாத்திலிருந்து கல்லூரிக்கு சைக்கிளில் போகும் கோஷ்டியில் ஹரிகோபால்தான் உயரத்திலிருந்து பாய்வான். அப்போது அவனுடைய கை கால்கள் ஏதேதோ திசைகளைக் காட்டும். உடல் பலவித கோணங்களில் கோணியிருக்கும். ஆனால் தலை மட்டும் கீழேயிருக்கும். அவன் ‘டைவ்’ அடிப்பதை எல்லோருமே மூச்சையும் சிரிப்பையும் அடக்கிக் கொண்டு பார்ப்பார்கள்.

அன்று ஹரிகோபால் வரவில்லை. ஃபதே மைதானத்தருகில் ஒரு பெரிய மாளிகையில் வாரக்

கணக்கில் ஒரே கூட்டம். ராஜாக்கள் காலத்தில் பெண்களுக்கு இழைக்கப்பட்ட கொடுமைகள் பற்றிப் பொது விசாரணை. உள்ளே யார், என்ன, யாரோடு பேசுகிறார்கள் என்று எளிதில் புரியாது. சரோஜினி நாயுடுவின் மகள் பத்மஜா நாயுடுதான் அந்த விசாரணையை நடத்திவந்தாள். மேக்கப்பும் லிப்ஸ்டிக்கும் அழகு சாதனங்கள். பத்மஜா நாயுடுவிடம் அவை அப்படிச் செயல்படவில்லை.

கல்லூரியில் ஒரு மாத காலமாகவே வகுப்புகள் சரியாக நடக்கவில்லை. கெமிஸ்ட்ரி லாபரட்டரியில் யார் என்ன உடைத்திருந்தாலும் வேறு அலமாரிகளிலிருந்து மாற்றுப் பொருள் எடுத்து வைத்து எல்லாரும் கணக்கு ஒப்புவித்தாகி விட்டது. ஒவ்வொரு அசோசியேஷனாகத் தினமும் பிரிவுப சாரம் நடத்தி குரூப் போட்டோ எடுத்துக்கொண்டு பாட்டுப் பாடி உரை நிகழ்த்தி நாடகம் நடித்து... தமிழ்ச் சங்கத்தின் முறை – கல்லூரியின் கடைசி நாளன்று. தமிழ் படிப்பவர்கள் எல்லா வகுப்புகளும் சேர்த்து இருபது இருபத்தைந்து பேர் அத்தனை பேரும் நாடகத்தில் நடிக்க வேண்டும். நாடகம் சம்பந்த முதலியார் எழுதிய சிறு நாடகம். சம்பந்த முதலியார் 'ராவ் சாகேப்' பட்டம் பெற்றதற்கு விருந்து. விருந்தில் பாட்டு. ஒரு சபாபதி முதலியார் ஒரு வேலைக்கார சபாபதி. ஒரு வெள்ளைக்கார அதிகாரி விருந்தினர்கள். பாடகர்கள். சங்கரநாராயணன் ஹாம்லெட்டின் 'டூ பீ ஆர் நாட் டூ பீ பகுதியை தோடி ராகத்தில் பாட வேண்டும். நானும் திருநாவுக்கரசும் 'ஆடுவோமே பள்ளுப்பாடுவோமே' பாட வேண்டும் இதை டி.கே. பட்டம்மாள் பின்னணி இசையுடன் கமலாவின் நாட்டியத்திற்காக சினிமாவில் பாடியபோது நன்றாகத்தான் இருந்தது. ஆனால் சுருதி சேராத இரு ஆண் குரல்கள் பக்கவாத்தியமின்றி ஒரே சங்கதியை எல்லா வரிகளுக்கும் பாடும்போது? நான் கெஞ்சினேன். வேண்டாமென்று. ஆனால் தமிழ் பண்டிட் மீனாட்சி சுந்தரம் இருக்கட்டும் என்றார். (தமிழ் வாத்தியார் றாலே பெயர் மீனாட்சி சுந்தரமாகத்தான் இருக்க வேண்டும் போலிருக்கிறது)

ஃபோட்டோ ஐந்தே நிமிஷத்தில் முடிந்துவிட்டது. முன்வரிசையில் கோஷ், வைஸ் பத்து நாட்களாக ஒரே ஃபோட்டோகிராஃபர். ஒரே இடத்தில் ஒரே அமைப்பில் ஃபோட்டோ. நாற்காலிகளில் பிரின்ஸ்பால் பி.கே. பிரின்ஸ்பால் உஸ்மானி, தமிழ் ஆசிரியர், வேறு இரு ஆசிரியர்கள், இரு பெண்கள். பெண்கள் இருவரும் வரவில்லை. ஃபோட்டோ கௌரவமாக இருக்க அந்த வேளையில் கண்ணில் பட்டவர்களையெல்லாம் சேர்த்துக்கொண்டு நின்றோம்.

அந்த ஃபோட்டோவில் பிரின்ஸ்பாலும் மசூத் அலிகானும் சத்யநாராயணாவும் பிரிஜ்கிஷோரும் சிறப்பாக விழுந்தார்கள்.

அப்புறம் ராஜையா காண்டீனிலிருந்து தருவிக்கப்பட்ட காராசேவ், ஜிலேபி, டீ. அதன் பிறகு ஸாலார்ஜங் ஹாலில் கூட்டம், நாடகம்.

ஹாலில் முதலில் பத்துப் பேர்கூடக் கிடையாது. சிறிது. நேரத்தில் டென்னிஸ் ஆடிக்கொண்டிருந்த பிரின்ஸ்பாலின் மனைவியும் மகளும் வந்தார்கள். மனைவி வில் வீரன் வில்லியம்டெல் பிறந்த சுவிட்சர்லாந்து நாட்டுக்காரி. பெண் எப்போதும் கலைந்த தலையுடன் போரிலிருந்து திரும்பிய ஜோன் ஆஃப் ஆர்க் மாதிரி இருப்பாள். இன்னும் சிறிது நேரத்தில் முப்பது ஜதை ஆணி அடித்த ஜோடுகள் ஹாலுக்குள் எதிரொலி எழுப்பின. கிரிக்கெட் பிராக்டிஸ் முடிந்திருக்க வேண்டும்.

சபாபதி முதலியார் *R.S.V.P* என்பதற்கு விளக்கம் கொடுத்துவிட்டார். அது ரசம் சாம்பார் வடை பாயசம் அல்ல. *Refreshments Served Very Punctually*. ஹாம்லெட் 'டூபீ' தோடியில் ஆரம்பித்து 'பீ ஆல் மை ஸின்ஸ் ரிமெம்பெர்ட்' வரியை கல்யாணியில் முடித்தான். நானும் திருநாவுக்கரசும் சங்கீத பாகவதர்களாக அங்கவஸ்திரம் அணிந்துகொண்டு 'ஆடுவோமே' தொடங்கினோம். அறுபது கிரிக்கெட் ஜோடுகள் போட்ட தாளத்திற்கேற்ப ஒவ்வொரு சரணத்தையும் வெவ்வேறு கதியில் பாடினோம். பாரதியார் சிறிது சுருக்க மாகவே பள்ளுப் பாடியிருக்கலாமென்று தோன்றிற்று.

எல்லாம் முடிந்த பிறகு சைக்கிள் ஸ்டாண்டில் என் சைக்கிள் அனாதையாக நின்று கொண்டிருந்தது. சைக்கிள் விளக்கு எரியவில்லை. ஹைதராபாத், சிகந்தராபாத்தில் அந்த நாளில் கொலைக்குற்றத்திற்கு அடுத்தபடியான பெரிய குற்றம் சைக்கிளுக்கு விளக்கு இல்லாமல் ஓட்டிப் போவதுதான். இருட்டில் ஐந்து மைல் சைக்கிளைத் தள்ளிக்கொண்டு போனால், அது ஏதேதோ பேசும். அது ஓயாமல் 'இனி கல்லூரி கிடையாது, இனி கல்லூரி கிடையாது' என்று சொல்லிக்கொண்டிருந்தது. அந்த நேரத்தில் அது ஆறுதலாகத்தான் இருந்தது.

***திசைகள்*, 1981**

18-வது அட்சக் கோட்டில்

என் சிறுபிராயத்தைக் கழித்த சிகந்தரபாத்தில் மே மாதக் காலைகள் மனதுக்கு உற்சாகமளிப்பதாக இருக்கும். ஆகாயத்தைப் பார்க்கத் தடுக்கும் பல மாடிக் கட்டிடங்கள் அந்த நாளில் கிடையாது. ஊரெங்கும் நிறைய மரங்கள். நிறைய திறந்த வெளியும் உண்டு. காலை வேளையில் திரும்பிய இடமெல்லாம் பறவைகளும் அணில்களும் தெரிய வரும். வெயில் பகலின் கடுமையை அடைவதற்கு முன் சாத்தியமான ஓரிரு மணி நேரத்தில் அவை அங்குமிங்கும் ஓடிப் பார்த்து தம் குரல்களை இயன்றவரைப் பயன்படுத்திப் பின் ஓய்ந்துவிடும். அந்த ஓரிரு மணி நேர இடைவெளி நாளெல்லாம் காத்திருப்பதற்குச் சிறப்பாக ஈடுசெய்துவிடும்.

மே மாதக் காலைகள் அன்று அவ்வளவு சந்தோஷமளித்ததற்கு இன்னொரு காரணம் உண்டு. மே மாதத்தில் பள்ளி இறுதிப் பரிட்சைகள் முடிந்து முடிவுகளும் தெரிவிக்கப்பட்டிருக்கும். அடுத்த வகுப்பு ஆசிரியர்களும் பாடங்களும் கவலையாக மாற அதற்குள் வழியில்லை. மனம் இலேசாக இருக்கும். கழுத்துப் புடைக்க அணில் கத்துவது கேட்கக் கிடைக்காத சங்கீதமாக இருக்கும்.

அப்படியொரு மே மாதத்தில்தான் திடீரென்று ஒரு நாள் இரண்டாம் உலகப் போர் முடிந்துவிட்டதென அறிவிப்பு வந்தது. முற்றிலும் ஓயாவிட்டாலும் ஐரோப்பாவரை முடிந்துவிட்டது.

ஹிட்லரும் அவனுடைய மனைவியும், கோயபல்ஸும் அவனுடைய மனைவியும் குழந்தைகளும் தற்கொலை செய்து கொண்டுவிட்டார்கள். மனிதனையும் மனித உயிரையும் தூசாக மதித்தவர்கள் இப்போது மாறு வேடத்திலும் தற்கொலையிலும் தப்பித்துக்கொள்ள வேண்டியதாயிற்று. உலகத்துக்கு நாசம் விளைவித்துவிட்டுத் தங்கள் நாட்டையும் நாசமாக்கி விட்டார்கள்.

இந்த உலகப் போர் இந்திய எல்லையோடு வந்துபோய் விட்டது எனலாம். பீரங்கி வெடித்து மக்கள் மாளவில்லை விமானத் தாக்குதல் இரு நகரங்களில் ஐந்தாறு குண்டுகளோடு முடிந்துவிட்டது.

இதுதான் நடக்கவில்லையே தவிர வேறு பலவிதங்களில் உலகப் போர் இந்தியர் எல்லாரையும் சிராய்த்துப்போனது. தலையை எண்ணித் தானியம் கொடுக்கப்பட்டது. அரிசி கிடையாது; கோதுமை. கோதுமை கிடையாது சோளம் ரேஷன் கடை, ரேஷன் ஆபிஸ், ரேஷன் அதிகாரிகள், லஞ்சம், கறுப்பு மார்க்கட். தெரு விளக்குகளுக்குக் குல்லாய் மாதிரி ஒன்றைத் தொங்கவிட்டார்கள். வெளிச்சம் கம்பத்தின் காலுக்குத்தான். வீட்டு வெளிச்சம் இரவில் வெளியே தெரியக் கூடாது. ஜன்னலை மூடி வை. திறந்த வெளியாயிருந்த இடங்களில் சினிமா இந்திரனின் வஜ்ராயுத வடிவில்(அல்லது மின்னலடிக்கும் வெண்மை விளம்பரத்தின் மின்னல் வடிவத்தில்) ஆறடி ஆழத்துக்குப் பள்ளம்-குண்டு வீச்சின்போது பதுங்கிக் கொள்வதற்கு. சாலையில் மிலிடெரி வண்டிகளைக் கண்டாலே பதுங்கத்தான் வேண்டும். "அங்கே நாங்க ஆயிரக்கணக்கிலே சாகிறோம், இங்கே ஒரு பையன் லாரியடியிலே செத்ததற்குக் குய்யோ முறையோன்னு கத்தறீங்களே?" இவை தவிர இன்னும் பலவிதங்களில் மக்கள் மாறிக்கொண்டிருந்தார்கள். பண விநியோகம் பழக்கப்பட்ட நிதான நிலை தவறியிருந்தது. பணம் கிடைத்தவர்கள் கிடைக்காதவர்கள் இருவருமே தடுமாறி னார்கள். கண்ணியம் பொது வாழ்க்கையில் இரண்டாம் பட்சமாக மாறிக்கொண்டிருந்தது.

யுத்தம் நின்றுவிட்டது என்றவுடன் எனக்கு இனி ரேஷன் கடையில் காத்துக் கிடக்க வேண்டாம் என்று தோன்றியது. எங்கள் வீட்டிலிருந்து ரேஷன் கடைக்கு ஒரு மைல் தூரம் நடக்க வேண்டும். எப்போது என்ன தரப்படும் என்று காலையிலும் மாலையிலும் போய் விசாரித்து வர வேண்டும். ஒரு பிற்பகல் தவறவிட்டு அடுத்த நாள் காலை போய் நின்றால் நேற்றே எல்லாம் வந்து தீர்ந்துவிட்டது என்று பதில் வரும்.

ஐரோப்பிய யுத்தம் முடிந்து, ஜப்பான் யுத்தம் முடிந்து, கொரியா யுத்தம் முடிந்து, சூயஸ் யுத்தம் முடிந்து, பங்களாதேஷ் யுத்தம் முடிந்து, வியட்நாம் யுத்தம் முடிந்து... எவ்வளவு யுத்தங்கள்தாம் முடிந்துவிட்டன! இவை தவிர துப்பாக்கி ஏற்காத யுத்தங்களும் தான் எவ்வளவு நடந்துவிட்டன, நடந்துகொண்டிருக்கின்றன! இப்போது ரேஷன் விநியோகம் என்ற ஏற்பாட்டில் ஒவ்வொரு சமயத்திலும் ஏதாவது ஒன்று கிடைக்காமல் தான் போகிறது. இந்த நாற்பதாண்டு ரேஷன் பழக்கத்தில் கவலைகளும் மாறிவிட்டன. முன்பு ஸ்தம்பிக்க வைத்த கவலை இன்று உதறித் தள்ளப்பட்டுக் கிடக்கிறது. அதன் இடத்தை வேறு கவலைகள் எடுத்துக் கொண்டுவிட்டன.

இப்போதும் மே மாதக் காலைகள் அழகாகத்தான் இருக்கின்றன. சில செய்திகள் நற்செய்திகளாகத்தான் கூறப்படுகின்றன. ஆனால் யுத்தம் முடிந்துவிட்டது என்ற செய்தி அன்று கொடுத்த உற்சாகம் அடிக்கடி ஏற்படுவதில்லை.

○

சூரியன் வடமேற்கிலோ தெற்கிலோகூட உதிக்கலாம், சிகந்தரா பாத்தில் ஜூன் 6 அல்லது 7 தேதியில் மழை பெய்வது மட்டும் தவறாது என்பார்கள். என்னுடைய சிகந்தராபாத் வாசம் எனக்கு நினைவிருக்கும் வரையில் வருடா வருடம் ஜூன் 7ஆம் தேதி அங்கு தவறாது மழை பெய்திருக்கிறது. இரு மாதக் கோடைக் கடுமைக்குப் பிறகு இந்த மழை பெய்தவுடன் பூமி குளிர்ந்து எங்கும் உலகத்தையே மறக்கச் செய்யும் நறுமணம் வீசும். சிகந்தராபாத்தில் வேப்பமரங்கள் அதிகம். கோடையில் ஏராளமான இலைகளும் காய்களும் உலர்ந்து உதிர்ந்து தரையெல்லாம் படர்ந்திருக்கும். இந்த ஜூன் 7ஆம்தேதி மழைக்குப் பிறகு யாருமே கிறங்கிப் போகும்படியாக வேப்ப மணம் மண் வாசனையோடு கலந்து வீசும். அந்த வாசனையை எழுத்தால் உணர்த்திவிட முடியும் என்று நினைப்பதுகூடப் பேதமை.

சிகந்தராபாத்தில் இந்த ஜூன் மாத மழை பம்பாய் மழையின் மிச்ச சொச்சம். ஜூன் முதல் வாரத்தில் பம்பாய் நகரமும் சுற்றுப்புறமும் கனமழையில் தடுமாறித் தவிக்கும். நான் சிறுவனாயிருந்தபோது ஒரு முறை அந்த ஜூன் பிரளயத்தில் சிக்கிக்கொண்டேன். நாங்கள் ஒரு வண்டியில் அவசரம் அவசரமாக மரீன் டிரைவிலிருந்து வெளியேற முயன்று கொண்டிருந்தோம். பொதுவாகவே அரபிக் கடலில் வங்காளக் கடலைவிடக் கொந்தளிப்பு அதிகம்.

அன்று அலைகள் கடற்கரை மதில் மீது சீறியடித்துச் சாலையிலும் பாய்ந்து வீசிக்கொண்டிருந்தன. சாலைப் பாதாளச் சாக்கடை மூடிகள் தூக்கி எறியப்பட்டு அந்தத் துவாரங்களிலிருந்து தண்ணீர் பீறியடித்துக்கொண்டிருந்தது. சாலையில் வெள்ளத்தின் உயரம் வெகு விரைவாக அதிகரித்து வந்தது. நிறையப் பேர் தங்களுடைய வண்டிகளை அப்படியே விட்டுவிட்டு ஓடிவிட்டனர்.

எங்களுடையதும் ஒரு பழைய மோட்டார் கார். தண்ணீர் உயரம் சமாளிக்க முடியாத அளவு அதிகரிப்பதற்கு முன் நாங்கள் எப்படியோ தப்பிவிட்டோம். அப்போது நான் சிறுவனாயிருந்ததால் நிலைமையின் தீவிரம் அவ்வளவாகப் புரியவில்லை. ஆனால் கடல் பயங்கரமாக இருந்தது நினைவிலிருக்கிறது. அது ஏற்படுத்திய திகில் எனக்கு மழையினால் ஏற்படவில்லை. எனக்குத் தெரிந்த மழையெல்லாம் சிகந்தராபாத் மழைதான். அங்கு ஒரு வருட காலத்தில் அடிக்கும் மொத்தமழை இந்தியாவில் சில இடங்களில் இரண்டே நாட்களில் கொட்டித் தீர்த்துவிடும் என்று அப்போது தெரியாது.

ஜூன் மாதம் பள்ளிக் கூடங்கள் கோடை விடுமுறை முடிந்து திரும்பத் திறக்கும் மாதம். பள்ளி திறந்து மூன்று நாட்களுக்குள் ஒரு மாணாக்கன் போகாவிட்டால் அவனை வகுப்புப் பட்டியலிலிருந்து எடுத்துவிடுவார்கள். பெயரை 'அடித்துவிடுவார்கள்', நான் பம்பாய் மழையெல்லாம் அனுபவித்துவிட்டுப் பள்ளி திறந்து பத்து நாட்களுக்குப் பிறகு போய்ச் சேர்ந்தேன். என்னோடு முந்தைய ஆண்டு படித்தவர்கள் அந்த வகுப்பில் இருந்தார்கள். சில புதிய பையன்களும் இருந்தார்கள். கடுமையே உருவான புதிய ஆசிரியர், "இந்தாப்பா, நீ யாரு?" என்று கேட்டார். என் பெயர் வகுப்புப் பட்டியலில் இல்லை.

'நீ யார்' என்பது எனக்கு அன்றுகூடப் பெரிய வேதாந்தக் கேள்வியாகப் பட்டிருக்க வேண்டும். என்னால் உடனே பதில் தர முடியவில்லை. அந்த ஒரு கணத் தயக்கத்தினால் அந்த ஆசிரியருக்கு என்னைப் பிடிக்காமல் போய்விட்டது. ஆனால் பொறுமையாக என்னைப் பள்ளி அலுவலகத்துக்கு அழைத்துப் போய் அங்கிருந்த அக்கவுண்ட்டண்டிடம் நான் திரும்ப வகுப்பில் இடம் பெற எவ்வளவு பணம் கட்ட வேண்டும் என்று கேட்டறிந்து என்னைப் பணம் வாங்கி வர வீட்டுக்கு அனுப்பினார். எனக்கு ஆசிரியர் என்று மட்டுமில்லை, பள்ளியே பிடிக்காமல் போய்விட்டது.

அந்த ஆண்டு முடியும்வரை அந்த ஆசிரியருக்கு நான் சிறிதும் பொறுப்பில்லாத மாணவன் என்ற அபிப்பிராயம் உறுதிப்படும் வகையில் ஏதாவது நடந்துகொண்டே இருந்தது. அவர் வகுப்பு நடத்தும்போதுதான் என் பென்சில் கீழே விழுந்து நுனி உடைந்துபோகும். அவர் வகுப்புப் பரீட்சை வைக்கும் நாட்களில் எனக்குச் சுரம் வந்துவிடும். பாடம் நடத்தும்போது அவர் திடீரென்று ஏதாவது கேள்வி கேட்டால் அந்த ஒரு பதில்தான் எனக்குத் தெரியாததாக இருக்கும். போதாதற்கு எனக்கு அவர் குரல் வேறு அவ்வளவு தெளிவாகக் காதுக் கெட்டாது. ஒரு காரணம், அவர் நிரந்தரமாக என்னைக் கடைசி வரிசையில் உட்கார்த்தியிருந்தார்.

ஆனால் தட்டுத்தடுமாறி இறுதிப் பரீட்சையை 'பாஸ்' செய்துவிட்டேன். அப்பாடா, இனிமேல் இந்த வடிவேல் வாத்தியாரைப் பார்க்கக்கூட வேண்டாம் என்று சொல்லிக் கொண்டேன். அப்படி ஓரிரு ஆண்டுகள் கழித்தும் விட்டேன்.

ஆனால் ஒரு நாள் அவர் உடல் நலமில்லாமல் ஆஸ்பத்திரியில் சேர்க்கப்பட்டிருக்கிறார் என்று கேள்விப்பட்ட போது என் வீட்டில் யாருக்கும் தெரிவிக்காமல் ஆஸ்பத்திரிக்குப் போனேன். உறுதியே உருவான வடிவேல் வாத்தியார் ஆஸ்பத்திரிப் படுக்கையில் கிடந்த காட்சி வயிற்றை ஏதோ செய்தது. அவர் ஈனசுவரத்தில் என் பெயர் சொல்லி அருகில் அழைத்தார். நான் இன்னும் அவர் நினைவில் இருந்தேன் என்பது பெருமையாகவும் மனம் நெகிழ்ந்துவிடும்படியாகவும் இருந்தது. நான் அவருக்காக எனக்குத் தெரிந்த கடவுளை யெல்லாம் வேண்டிக்கொண்டேன். அதுவும் ஜூன் 7ஆம் தேதி. அன்று மழை பெய்தது.

இப்போது ஜூன் மாத மழையெல்லாம் மாறிப்போய் விட்டது என்று சொல்கிறார்கள். இயற்கைதானே என்று சொல்லத் தோன்றுகிறது. ஆனால் இயற்கை மாறுவதுகூட இயற்கைதானா?

❍

ஆண்டின் எல்லா மாதங்களுக்கும் விசேஷ குணங்களும் முக்கியத்துவமும் கண்டுபிடித்துவிடலாம். பதிவு செய்யப்பட்ட ஆறாயிரம் ஆண்டு உலக வரலாற்றில் ஒவ்வொருவருடைய மனப்போக்குக்கும் ஏற்றதாக ஒவ்வொரு மாதத்துக்கும் பல நிகழ்ச்சிகளைத் தேர்ந்தெடுக்க முடியும்.

ஜூலை மாதத்துக்கும் சுதந்திரத்துக்கும் நிறைய தொடர்பு இருக்கிறது. முப்பத்தொன்பது ஆண்டுகளுக்கு முன்பு ஜூலை

முதல் தேதியன்றுதான் பிரிட்டிஷ் பாராளுமன்றம் இந்தியா வுக்குச் சுதந்திரம் வழங்க வகை செய்யும் மசோதாவைச் சட்டமாக ஏற்றது. இருநூற்றுப் பத்து ஆண்டுகள் முன்பு 1776, ஜூலை நான்காம் தேதி அன்று பிரிட்டிஷ் ஆட்சிக்குள் இருந்த அமெரிக்க மாகாணங்கள் கொண்ட காங்கிரஸ் ஓர் அருமையான தஸ்தாவேஜு மூலம் சுதந்திரப் பிரகடனம் செய்தது. அதற்கு மூன்று ஆண்டுகளுக்குப் பிறகுதான் ஜூலை 14ஆம் தேதி பாஸ்டில் தினம். வசதி படைத்தவர்களால் காலம் காலமாக அடக்கி ஒடுக்கி வைக்கப்பட்ட பிரான்சு நாட்டுக் குடிமக்கள் கிளர்ந்தெழுந்து அடக்குமுறையின் சின்னமாக இருந்த பாஸ்டில் சிறைக் கோட்டையைத் தகர்த்த தினம். இச்சிறை பல நூற்றாண்டுகளுக்கு அரசர்களுக்கும், பிரபுக்களுக்கும் அவர்களுக்கு வேண்டாதவரை உயிரோடு சமாதி வைக்கப் பயன்பட்ட இடம். இச்சிறையின் கொட்டடிகளில் கை விலங்கு, கால் விலங்குடன் புழு, பூச்சி, பேன் முதலியவை பிடுங்கித் தின்ன, வெளிச்சம், வெளியுலகம் என்ன என்பது மறந்துபோய்ப் புத்திபேதலித்த நிலையில் எண்ணற்றவர்கள் மண்ணோடு மண்ணாகப் போயிருக்கிறார்கள். ஒரு கைதி – இவன் ஒரு பிரபு வம்சத்தினனாகக்கூட இருந்திருக்கக் கூடும், 27 ஆண்டுகள் முகத்திலிருந்து கழட்ட முடியாத இரும்பு முகமூடியுடன் இச் சிறையின் ஒரறையில் இருந்து மடிந்திருக்கிறான். பிணமாக அவனை அப்புறப்படுத்தியபோது ஒரு வேளை முகமூடியை உடைத்து எடுத்துவிட்டிருக்கலாம். ஆனால் அன்று அந்த முகம் அவனுடைய தாய்கூட அடையாளம் காண முடியாதபடி போயிருக்கும்.

சிகந்தராபாத்தில் ஜூலை மாதம் மீண்டும் கடும் வெயில் வீசும் காலம். மழை சிறிது பெய்து எங்கேயோ மூலையில் அமுங்கி அடங்கியிருந்த வியாதிகளை வெளிக்கொண்டு வந்து விடும். உயிர் பிழைக்க முடியாத வைசூரி வகையிலிருந்து மணல்வாரி, பொன்னுக்கு வீங்கிவரை எல்லா விதமான அம்மை நோயும் போடுவது சர்வ சகஜம். என்னுடைய சித்தியே இப்படி அம்மை வார்த்து இறந்துவிட்டாள். இதனாலும் தானோ என்று நினைக்கும்படி இந்த ஜூலை மாதத்தில் மாங்காளம்மா ஜாத்ரா என்று ஒரு திருவிழா நடக்கும். கரகம் சுமந்து ஊரெல்லாம் வருவார்கள். செகண்ட் பஜார் என்னுமிடத்திலுள்ள காளி கோயிலில் மாடுகள் கூடப் பலியிடப்படும் என்பார்கள். எனக்கு எப்போது அந்தப் பக்கம் போனாலும் ஒரே ரத்தச் சேறாக இருப்பதுபோலத் தோன்றும். உண்மையில் அது தானியங்கள் மொத்த வியாபாரம் நடக்கும் இடம். அந்த முழு இடத்தையும் தரையில் கற்கள் கொண்டுதான் முழுக்க பரப்பியிருப்பார்கள்.

வண்டிகள், கட்டை வண்டிகள் கடகடவென்று ஒலியெழுப்பிய படி வந்து போய்க் கொண்டிருக்கும். லட்சக்கணக்கான காலடிகளும் வணடிச் சக்கரங்களும் மாட்டுக் குளம்புகளும் அந்தச் சாலைக் கற்களை வழவழப்பாக்கியிருக்கும். மழை பெய்தால் அத்துணைக் கற்களும் பளிச்சென்று காட்சியளிக்கும்.

ஊரே கூடித் திருவிழா நடத்தும்போது மற்ற நாட்களில் செயல்படும் சுயக்கட்டுப்பாடு தளர்ந்த நிலையில் இருக்கும். சிகந்தராபாத்தில் அந்த நாட்களில் கோயிலைச் சுற்றியாவது அனைவரும் கட்டுப்பாடாக இருக்க வேண்டும். என காரணத்தினாலோ ஒவ்வொரு கோயிலுக்கும் சமீபத்தில் ஒரு சிறிய மசூதியாவது இருக்கும். சாதாரண நாட்களில் ஒரு தொந்தரவும் இல்லை. ஆனால் திருவிழா நாட்களில் எப்படியோ சண்டை மூண்டுவிடும்.

ஜூலை மாதங்களில் இந்தக் கலவரங்களுக்காகப் பயந்த படி இருப்போம். ஆனால் இன்று நிகழும் கலவரங் களோடு ஒப்பிட்டுப்பார்த்தால் இந்த மாங்காளம்மா ஜாத்ரா கலவரங்கள் குழந்தை விளையாட்டு மாதிரி. ஒன்றிரண்டு கத்திக்குத்து மண்டையில் ஓரிரண்டு அடியோடு ஓய்ந்துவிடும். யாரும் யாரையும் கொன்று போடுவதற்காக என சண்டையிட மாட்டார்கள். அந்த நேரத்திற்கு அவரவர்களுடைய சம்பிரதாய உரிமைகள் எல்லாருடைய கவனத்திலும் இருக்க வேண்டும் என்பதை நினைவுறுத்துவதைத் தவிர வேறு நோக்கம் கிடையாது. மசூதி பக்கத்தில் ஊர்வலம் வந்தால் அதைக் கடக்கும் வரையில் மேளம் நிறுத்தப்பட வேண்டும். வெள்ளிக் கிழமைகளில் மேளம் கூடாது. இது எவ்வளவோ நாட்களாகக் கடைப்பிடிக்கப்பட்டு வந்து எல்லாரும் சமாதானமாக இருப்பதுதான். மாங்காளம்மா ஜாத்ரா நாட்களில் மட்டும், அதுவும் ஏதோ சில ஆண்டுகளில் மட்டும், இந்த சமாதானம் நிலை குலைந்துவிடும்.

ஜூலை 1947– இன்னும் சில வாரங்களில் இந்தியா சுதந்திரம் அடைந்துவிடும் என்று உற்சாகமாக இருக்கக் கூடிய மாதமாகத்தான் அமைந்திருக்க வேண்டும். ஆனால் சில இடங்களில் மட்டும் அது பீதிக்கும் சந்தேகத்துக்கும் வழி வகுப்பதாகப் போய்விட்டது. பல கொடூரங்களும் நடந்த மாதமாகப் போய்விட்டது.

சிகந்தராபாத்தும் சற்று துர்ப்பாக்கியம் பிடித்த ஊராகப் போய்விட்டது, 1947இல்.

வந்துவிட்டது. சுதந்திரம் வந்தேவிட்டது!

நாற்பதாண்டுகளுக்கு முன்பு எல்லா ரேடியோக்களுமே வால்வ் பொருத்தப்பட்டதுதான். பாட்டரி ரேடியோ,

டிரான்ஸிஸ்டர் என்று அந்த நாளில் நான் கண்டது கிடையாது. ரேடியோவை மின்சார பிளக்கில் இணைத்த பிறகு சுமார் மூன்று நான்கு நிமிடங்கள் வால்வ்கள் 'சூடேறுவதற்கு'க் காத்திருக்க வேண்டும். அதன் பிறகுதான் ரேடியோ செயல்படும்.

ஆகஸ்ட் *14, 1947* இரவெல்லாம் ரேடியோ இயங்கியது. சிகந்திராபாத்தில் எங்கள் வீட்டில் இருந்த ஐந்து வால்வ் ரேடியோ மூலம் சென்னை ஒலிபரப்பு நிலைய நிகழ்ச்சிகளை இரவு வேளைகளில்தான் ஓரளவு கேட்க முடியும்; ரேடியோவின் கரகரப்பையும் பொருட்படுத்தாமல் கேட்டோம்.

ஹைதராபாத்திலும் ரேடியோ நிலையம் இருந்தது; அது நிஜாம் அரசின் ரேடியோ. இந்திய சுதந்திரக் கொண்டாட்டத்தை ஒலிபரப்ப வேண்டும் என்கிற நிர்ப்பந்தம் அதற்கு இல்லை.

உண்மையில் இந்திய சுதந்திரம் நிஜாம் சமஸ்தானத்தில் முற்றிலும் மகிழ்ச்சிக்குரிய நிகழ்ச்சியாக இல்லை. பல மாதங்க ளாகவே அரசியல் விஷயங்கள் இந்தியாவெங்கும் போல நிஜாம் சமஸ்தானத்திலும் மக்கள் கவனத்தை ஆக்ரமித்தன. பிரிட்டிஷ்காரர்கள் இருந்தவரையில் சமஸ்தானங்களும் சரி, இதர மாநிலங்களும் சரி, ஒரு மகா எஜமானனாக பிரிட்டிஷ் அரசை ஏற்று இயங்கின. இப்போது பிரிட்டிஷ் அரசு விலகிவிடும் போது சேவகர்களில் ஏன் ஒருவருக்கொருவர் அடிபணிய வேண்டும்?

தேசியம், சுயநிர்ணயம், எந்தப் பிரதேசம் யாருக்குரியது, மக்கள் பிரிவுகள் அமைப்பதற்குச் சிறந்த காரணி மதமா – மொழியா இதெல்லாவற்றிலும் எல்லாரும் ஏற்றுக்கொள்ளும் படியான, எக்காலத்துக்கும் பொருத்தமான சூத்திரங்கள் இருந்த தில்லை. நிஜாம் சமஸ்தானத்தில் சிலருக்கு இவ்வளவு நாட்கள் சூட்டு, ஜோடு, தொப்பிபோட்ட வெள்ளைக்காரனுக்கு சலாம் போட்டுவிட்டு, அவன்போன பின் ஏன் கொடியும் கோஷமும் ஜெயிலுமாக இருந்த வெள்ளைக் குல்லாய்க்காரர்களுக்கு வணங்க வேண்டும் என்று தோன்றியது. இதில் ஒரு விசேஷம், இந்தப் போக்கை வலுவடையச் செய்து ஒரு பெரிய தேசியப் பிரச்சினையாக மாற்றியது வெளியூரிலிருந்து நிஜாம் சமஸ்தானத்துக்குக் குடிபெயர்ந்த ஒரு மனிதர். அந்த ஒரு மனிதனின் கதையை ஒருநாள் யாராவது பூரணமாக எழுதினால் அதில் பல படிப்பினைகள் பெறக் கிடைக்கும்.

ஆகஸ்டு *1947*இல் நாங்கள் காங்கிரஸ் கொடிதான் எங்கள் கொடி என்றோம். அதற்கும் இந்திய தேசக் கொடிக்கும் ஒரு சிறு வித்தியாசம் ஏற்பட்டிருந்தது தெரியும். ஆனால் அப்போது அந்த சமஸ்தானத்தில் கிடைத்ததெல்லாம் கைராட்டை போட்ட

மூவர்ண்ணக் கொடிதான். ஆகஸ்டு 15 தேதிக்கு முன்பே ஒருநாள் நிஜாம் சமஸ்தானத்தின் தலைநகரில், நிஜாம் அரண்மனை இருக்கும் கோட்டி என்னுமிடத்தில் அதிகாலையில் மூவண்ணக் கொடி ஓர் உயரக் கொம்பில் பறந்துகொண்டிருந்தது. நிஜாம் போலீஸ்காரர்களுக்குப் பெருத்த அவமானம்.

நானிருந்த சிகந்தராபாத்தும்–நிஜாமின் தலைநகர் ஹைதராபாத்தும் அடுத்தடுத்த ஊர்கள் என்றாலும், இரண்டிலும் இரு வேறு போலீஸ் படைகள். நிஜாம் போலீஸ் முழுக்க முழுக்க உருது மொழியில் இயங்கும். சிகந்தராபாத் போலீஸ் ஆங்கிலத்திலும் தெலுங்கிலும். நிஜாம் போலீஸ் நீலச் சீருடை. சிகந்தராபாத் போலீஸ் காக்கிச் சீருடை. சிகந்திராபாத் போலீஸ் அலுவலகத்தில் சைக்கிள் லைசன்ஸ் வாங்கினால் அது பித்தளைத் தகட்டில் ஆங்கில எழுத்துக்கள் கொண்டதா யிருக்கும். ஹைதராபாத் போலீஸ் அலுவலகத்தில் அதே லைசன்ஸ் தகரத்தகட்டில் உருது எழுத்துக்கள் கொண்டதா யிருக்கும். யாரோ ஒருவரிடம் லைசன்ஸ் வாங்கினால் போதுமானது இரு நகரங்களுக்கும்.

போலீஸ்காரர்கள் எண்ணிக்கை விரல் விட்டு எண்ணக் கூடியதுதான் என்றாலும், தெருவில் எந்த வண்டியும் சாலை விதிகளை மீற முடியாது. மாலை ஆறு மணிக்குப் பிறகு சூரிய வெளிச்சம் இருந்தால்கூட சைக்கிளில் விளக்கு ஏற்றப்பட்டிருக்க வேண்டும். எப்போதோ ஒருமுறைகூட்டம் கலாட்டா நடைபெறும். அப்போது போலீஸ்காரர்கள் ஆளை அடிப்பதைவிடத் தரையை (லாட்டியால்) அடிப்பது அதிகமாயிருக்கும். இதிலெல்லாம் இரு போலீஸ் படைகளுக்கும் நிறைய ஒற்றுமை இருந்தாலும், ஒரு விஷயத்தில் கடுமையான போட்டி. அது ஆண்டுதோறும் ஆகஸ்டு – செப்டம்பர் மாதங்களில் நடக்கும் கால்பந்து போட்டி.

சிகந்தராபாத் போலீஸும், ஹைதராபாத் போலீஸும் மோதும் போட்டிக்கு அந்த ஆண்டு அவ்வளவு கூட்டம் இல்லை. இந்திய சுதந்திரத்துக்குப் பிறகு, ஆகஸ்டு 1947க்குப் பிறகு, ஹைதராபாத் போலீஸ் அச்சத்துக்குரியதும் வெறுப்பதற் குரியதுமாக, எங்கள் கண்களில், மாறிவிட்டது.

◯

'தர்ட்டி டேஸ் ஹாத் செப்டம்பர், ஏப்ரல் ஜூன் அண்ட் நவம்பர்' என்கிற பாடலை நான்காம் வகுப்பில் படித்தபோதுதான் வருடம், மாதம், நாள் என்ற கால அளவுகள் ஒரு மாதிரி புரியத் தொடங்கின. இந்தப் பாடலை மனப்பாடம் செய்து ஒப்பிக்கவும் செய்து, பலமுறை எழுதவும் வேண்டியிருந்தது. இது

பள்ளிக்கூடம் திறந்து சில நாட்களுக்கெல்லாம். இதையடுத்து வந்த செப்டம்பர் மாதத்தில் இரண்டாம் உலகப் போர் மூண்டது.

எந்தத் தேதியில் இந்தப் போர் மூண்டது என்பது குறித்து இன்றும் எனக்குச் சந்தேகமாக இருக்கிறது. செப்டம்பர் முதல் தேதியன்று ஹிட்லரின் படைகள் போலந்துத் தேசத்தைத் தாக்கின பிரிட்டனும் பிரான்சும் செப்டம்பர் மூன்றாம் தேதி ஜெர்மனி மீது போர்ப் பிரகடனம் புரிந்தன.

இந்த யுத்தம் முதல் இரு ஆண்டுகளுக்கு எங்கோ கண்காணாத இடங்களில், பல்லாயிரக்கணக்கான மைல் தூரத்தில்தான் நடந்தது. ஆனால் நிஜாமும் நிஜாமுடைய ஹைதராபாத் சமஸ்தானமும் வரை, அது நேரிடையாக, இதோ அடுத்த தெருவில் நடக்கிறது என்பது போன்ற பரபரப்பும், பிரயாசையும் எழுப்பி இருந்தது. பிரிட்டிஷ் அரசாங்கம் நிஜாமுடைய ஒத்துழைப்பை வெகுவாக பாராட்டியது. நிஜாமுடைய பல பட்டப் பெயர்களில் ஒன்று ஃபெயித்ஃபுல் அலை. அதாவது,விசுவாசமான சகா. நிஜாம் மிகவும் விசுவாசமாகத்தான் யுத்த காலத்தில் பிரிட்டிஷாருக்குச் சேவை புரிந்தார். பணம், பொருள், பிரயாசை இதெல்லாம் அவரிடமிருந்து அவர்களுக்குத் தாராளமாகக் கிடைத்தன. பொது மக்களிடமிருந்தும் பணம் வசூலித்துக் கொடுத்தார்.

அந்த நாளில் பிரிட்டிஷ் சண்டை விமான ரகங்களில் முக்கியமானது ‘ஹரிக்கேன்’, நிஜாம் ‘ஹரிக் கேன் ராஃபிள்’ என்று ஒரு பரிசுச்சீட்டு நடத்தி, சண்டை விமான நிதி சேகரித்தார். சீட்டு வாங்கினவர்கள் யாருக்காவது பரிசு கொடுக்கப்பட்டதா என்று எனக்குத் தெரியாது. ஆனால் சீட்டுமீது அச்சடிக்கப்பட்டிருந்த விமானப் படத்தைப் பார்த்துத் தான் நான் விமானம் வரையக் கற்றுக்கொண்டேன். அந்த நாளில் நான்கைந்து ஆண்டுகளுக்கு என் புத்தகம்,நோட்டுப் புத்தகம் எல்லாவற்றிலும் எங்காவது ஓரிடத்திலாவது ஒரு விமானப்படம் வரையப்படாமலிருக்காது.

யுத்தம் இறுதியாக ஒரு ஆகஸ்டு மாதம் முடிந்தது. அதற்கடுத்த ஆண்டு ஆகஸ்டில் கல்கத்தாவில் 20,000 பேர் படுகொலை. அதற்கடுத்த ஆகஸ்டு இந்தியச்சுதந்திரம். யுத்தம் முடிந்த நாளில் பிரிட்டிஷாருக்கு விசுவாசமான சகாவாக இருந்த நிஜாமுக்கு ஒரு விதமான தலைவலி பிடித்தால் எனக்கு இன்னொரு விதமாக. என்னுடைய பிறந்த நாள் செப்டம்பர் 22. திடீரென்று அந்த ஆண்டில் எனக்கு வயது போதாது என்று பரீட்சைக்கு உட்கார அனுமதி மறுத்தார்கள். அப்போதுதான் பிறந்த நாள் 22–9 என்றிருந்தது 22–7 என்று மாற்றப்பட்டிருக்க

வேண்டும். ஒன்பதை ஏழாகக் கல்வி இலாகாவேமாற்றித் தந்துவிட்டது. நான் பரீட்சை எழுதிவிட்டேன். நிஜாம் விஷயம் அவ்வளவு எளிதில் தீர்ந்துவிடவில்லை. முதல் சுதந்திர தினம், இரண்டாம் சுதந்திர தினம் அதற்கப்புறமும் ஒரு மாதம் அவர் விடாது தலைவலி மருந்துதான் பயன்படுத்திக்கொண்டிருக்க வேண்டியதாயிற்று.

அந்த 1948ஆம் ஆண்டு செப்டம்பர் முதல் தேதியன்று என் அக்காவுக்கு திருப்பதியில் கல்யாணம். கல்யாணம் முடிந்து சம்பந்திகளை ஊருக்கனுப்பி கல்யாணக் கணக்குவழக்குகளை முடித்து, சென்னை வந்து, எங்களுக்கு வழக்கமான கிராண்ட்டிரங்க் எக்ஸ்பிரஸில் செப்டம்பர் ஏழாம் தேதி காலை ரயிலேறினோம். சாதாரண நாட்களில் நாங்கள் பெஜவாடாவில் மாற வேண்டிய இரயில் கிராண்ட் டிரங்க் எக்ஸ்பிரஸ் அங்கு போய்ச் சேர்ந்ததும் ஒரு மணி நேர இடை வெளியில் கிளம்பிவிடும். ஆனால் அது நிஜாமுக்கும் சுதந்திர இந்திய அரசுக்கும் கீரிக்கும் பாம்புக்கும் உள்ள உறவு நிலவிய காலம். பெஜவாடாவிலிருந்து சிகந்தராபாத்துக்குச் செல்ல வேண்டிய இரயில் காலை எட்டு மணிக்குத்தான் கிளம்பியது.

காரணம், இரவு நேரங்களில் இரயில் போக்குவரத்து கிடையாது. போகும் வழியெல்லாம் முதலில் இந்திய அரசினரும் பின்னர் நிஜாம் அரசினரும் ஒவ்வொரு வண்டியாகச் சோதனை செய்த வண்ணம் இருந்தார்கள், ஏழெட்டு மணி நேரத்தில் முடிய வேண்டிய பயணம் இரண்டத்தனை நேரம் எடுத்துக்கொண்டது. நல்ல இருட்டில் வீடு போய்ச் சேருகிறோம். வீடு திருட்டுப் போயிருக்கிறது. மின்சார இணைப்பு வெட்டப்பட்டிருந்தது. சிகந்தராபாத் நகரம் பயமூட்டும் அமைதிகொண்டதாயிருந்தது.

அடுத்த நாள் பகல் வேளை இரயில் போக்குவரத்தும் நின்றுவிட்டது. அதற்கடுத்த வாரம் இந்தியப் படைகளும் நிஜாம் படைகளும் கைகலப்பில் இருந்தன. எங்கள் வரையில் இன்னொரு போர் மூண்டுவிட்டது.

எங்களுக்கு மின்சார இணைப்பு திருப்பித் தரப்படவில்லை. அடுத்த வீட்டில் மட்டும் ஹைதராபாத் ரேடியோ நிலையம் உரக்க ஒலித்துக்கொண்டிருந்தது. போர்முரசு, போர்ப் பரணி, போர்ச்சங்கு, போர்க் குழல். இந்திய வானொலி நிலையங்களைக் கேட்கத் தடை இருந்தது. அப்போது ஊரில் மொத்தம் சில நூறு ரேடியோக்களே இருக்குமாதலால் இத்தகைய தடையை உறுதியாகவே அமல்படுத்திவிடலாம். 'போலீஸ் நடவடிக்கை' என்று இந்திய அரசால் அறிவிக்கப்பட்ட இக்கைகலப்பின் போது நிஜாம் சமஸ்தானத்தில் இந்துக்கள், முஸ்லீம் இருவரும்

கற்பனையான பரவசநிலையில் இருந்தார்கள். அதே நேரத்தில் நிஜமான கிலியுடனுமிருந்தார்கள்.

செப்டம்பர் 18ஆம் தேதியன்று நிஜாம் படைகள் இந்தியத் தளபதிக்குப் பணிந்துபோயின.

எங்களுக்கு இரண்டாவது சுதந்திரம் கிட்டியது. ஆனால் அந்த சுதந்திரம் கிட்டுவதற்கு முன் நிறையவே நிகழ்ந்தது.

O

மாட்டுப் பால் குடிக்க மாட்டேன், தைத்த உடை உடுக்க மாட்டேன், மெத்தையிருக்கும் ரயில் பெட்டியில் உட்கார மாட்டேன், என்பதுபோல மகாத்மா காந்தி, சில சமஸ்தானங் களுக்குள் காலடி வைக்க மாட்டேன் என்றும் கூறிவிட்டார். ஏதோ ஒரு முறை, 1933 அல்லது 1934இல் போயிருக்கிறார். அதன் பிறகு கிடையாது. என் போன்ற சிகந்தராபாத் சிறுவர்கள் காந்தியைப் பார்க்க முடியாதபடி போனதற்கு மகாத்மாவின் பிடிவாதமும் ஒரு காரணம்!

அக்டோபர் மாதத்தில் காந்தி ஜெயந்தியை நாங்கள் கொண்டாடுவோம். அடக்கமாக இருக்கும். கூச்சல், இரைச்சல், ஒலிபெருக்கி வழியாக சினிமாப் பாட்டு இத்யாதி அம்சங்கள் இல்லாமல் படத்துக்கு மாலை அணிவித்துப் பத்து நிமிடங்கள் காந்தியைப்பற்றி நினைத்து உட்கார்ந்திருப்பதோடு எங்கள் கொண்டாட்டம் முடிந்துவிடும்!

ஆனால் 1946–47 ஆண்டுகளில் சிகந்தராபாத்–ஹைதராபாத் நகரங்களில் தினமும் மகாத்மா காந்தியைப் பற்றி நினைக்காத மனிதர்கள் மிகவும் குறைவு. உண்மையில், அந்த ஆண்டுகளில் இந்திய அரசியலின் போக்குகளை நிர்ணயித்ததில் காந்திஜியின் பங்கு அதிகம் இல்லை. ஆனால் நிஜாம் அரசுக்கும், அதன் நலனே பெரிதாக நினைத்திருப்பதாகப் பிரகடனப்படுத்திக் கொண்டிருந்த சில குழுக்களுக்கும், இந்தியாவின் தொல்லை களுக்கு – அதுவும் குறிப்பாக, நிஜாமின் சமஸ்தான ஆட்சிக்கு ஏற்பட்டிருந்த தொல்லைகளுக்கு, பிரதான காரணம் காந்திஜி என்றுதான் மனத்தில் பட்டிருந்தது. வீதிகளில் காந்திக் குல்லாய் அணிந்துகொண்டு சென்றால் பலர் திரும்பிப் பார்ப்பார்கள் – பயத்தில், அல்லது பரிதாபத்தில்.

அக்டோபர் மாதம் – மழை, வெயில், குளிர் மூன்றும் கொண்ட மாதம். தசரா வரும் மாதம். சில வருடங்களில் அக்டோபர் மாதத்திலேயே தீபாவளியும் வந்துவிடும்!

சிகந்தராபாத்திலுள்ள தமிழ்க் குடும்பங்கள் அநேகமாக எல்லாரும் நவராத்திரிக்குக் கொலு வைத்துவிடுவார்கள். நான் சிறுவனாக இருந்த நாட்களில் இரண்டே இரண்டு பஸ் தடங்கள் தாம். ஒன்று, ஏழாம் நம்பர். – சிகந்தராபாத் இரயில் நிலையத்திலிருந்து ஹைதராபாத்திலுள்ள அஃஜல் கஞ்ஜ் என்னுமிடம்வரை. இரண்டாவது தடம் எட்டு. சிகந்தராபாத்திலுள்ள ராணி கஞ்ஜ் என்னுமிடத்திலிருந்து ஹைதராபாத்திலுள்ள குல்ஜார் ஹவுஸ் என்னுமிடம்வரை. இந்த குல்ஜார் ஹவுஸையே 'சார்மினார்' என்றும் அடையாளம் கூறலாம். அந்த நாட்களில் நான் இந்தத் தடம் எண்கள் குறித்து மிகவும் வியந்திருக்கிறேன், ஏன் இந்த ஏழு, எட்டு மட்டும்– மூன்று, நான்கு, ஐந்து, ஆறு எல்லாம் எங்கே? இன்றுகூட இந்த வியப்பைத் தீர்த்துக்கொள்ள முடியாது என்று தோன்று கிறது இப்போது. தடம் எண்கள் மூன்று இலக்கங்களில் இருக்கின்றன!

பஸ் வசதியே இல்லை என்று சொல்லும்படி இருந்ததால், அந்த நாட்களில் சிகந்தராபாத்தில் நவராத்திரி கொலுவுக்கு அழைக்க எல்லாரும் நடந்தே போக வேண்டும். (வாகனம் உள்ள தமிழ் வீடுகள் மிகவும் குறைவு. இரு கை விரல்களில் எண்ணி விடலாம்.) சில வீடுகளில் அதிகம் கூச்சமறியா குழந்தைக்கு வேஷம் அணிவித்துவிடுவார்கள். அநேகமாகக் கிருஷ்ணன் வேஷம்தான்! அந்தக் குழந்தை அட்டைக் கிரீடமும், ஜிகினா மாலையும், ஏறுமாறாக இடப்பட்ட நாமமும், கண்ணெல்லாம் மையுமாகத் தெருவெல்லாம் மூச்சிரைக்க நடந்து போகும் போது மகிழ்ச்சியைவிடப் பரிதாப உணர்ச்சிதான் எழும்!

தமிழ்க் குடும்பங்கள் நவராத்திரியின்போது கொலு வைக்க, தெலுங்குக் குடும்பங்கள் தீபாவளியின்போது தமிழர் போலவே ஒன்பது இரவுகள் கொலு வைத்து ஊரெல்லாம் அழைத்துச் சுண்டல் தருவார்கள். தெலுங்கு வீட்டுச் சுண்டல் தனி ருசி கொண்டதாக இருக்கும். அவர்கள் மிளகாய் வற்றலை அரைத்துச் சுண்டலில் சேர்த்திருப்பார்கள். தெலுங்குக் குழந்தைகள், வேஷமணிந்து தெருவில் போய் நான் பார்த்த தில்லை. வேஷம் போடுவதைத் தமிழருக்காக விட்டுக்கொடுத்து விட்டார்கள் என்று கூறலாம்!

இந்தக் கொலு நாட்களில் வீட்டிலிருக்கும் ஆண் குழந்தைகள் – சிறுவர்களுக்கு இரண்டும் கெட்டான் நிலை! வீட்டுப் பெண்களுக்குத் துணையாக உடன் போக வேண்டும். ஆனால் கொலு வைத்திருக்கும் அறைக்குப் போய்ப் பெண்களுக்குச் சமமாக உட்கார முடியாது. யார் யார்

பாடுவதையோ வெளியே வெராந்தாவிலிருந்தபடி சகித்துக் கொள்ள வேண்டும். அவன் ஒருவன் வெளியே காத்துக் கொண்டு நிற்கிறான் என்ற நினைப்பே அற்றுப் போய், உள்ளே எல்லோரும் வெகு சாவகாசமாகப் பேசிக்கொண்டிருப்பதைக் கேட்டுக்கொண்டு நிற்க வேண்டும்.

இதெல்லாம் 1947ஆம் ஆண்டு போய்விட்டது. அந்த ஆண்டில் சிகந்தராபாத்தில் வசித்த பல குடும்பங்கள் வெளியூர்களுக்குச் சென்றுவிட்டன. சுதந்திரம் வந்த முதல் மூன்று நான்கு மாதங்களுக்கு எல்லோரும் ஏதேதோ பீதியில் இருந்தார்கள். இந்தப் பீதியை அதிகரிக்கும்படி அசம்பாவிதம் நடந்துவிடும்... இரு சிறுவர்கள் சண்டை போட்டுக் கொண்டிருப்பார்கள். உடனே இந்து-முஸ்லிம் கலவரம் என்று தெருவே திகில் அடைந்து இரவில் கண் விழித்திருக்கும். அடுத்த நாள் இன்னும் நான்கு குடும்பங்கள் ஊரை விட்டுப் போய்விடும்!

நாங்களும் போவதற்கு ஏற்பாடு பண்ணிக்கொண் டிருந்தோம். ஆனால் எங்கே? எவ்வளவு நாட்களுக்கு? எவ்வளவு பேர்? எங்களுக்கு 1947ஆம் ஆண்டு அக்டோபர் மாதம் இந்தக் கேள்விகளுக்குப் பதில் தேடுவதில் கழிந்தது.

இந்தியாவின் எல்லாவிடங்களிலும் போல சிகந்தரா பாத்திலும் அன்றாட வாழ்க்கையே பிரச்சினையாக இல்லாத சிறுவர்கள் நவம்பர் மாதத்தில் தீபாவளிப் பண்டிகையை எதிர்நோக்கியவண்ணம் இருப்பார்கள். ஏதோவொரு ஆண்டு மட்டும் பண்டிகை அக்டோபர் மாதமே வந்துவிடுவதும் உண்டு.

இந்திய சுதந்திரம் வந்த ஆண்டும் தீபாவளி வந்தது. டில்லித் தெருக்களிலும் நகரில் இருந்த வெட்டவெளியிடங்கள் எல்லாவற்றிலும் அகதிகள் நிரம்பியிருந்தார்கள் என்று கூறுவார்கள் சிகந்தராபாத்திலும் அகதிகள் வந்து குவிந்திருந் தார்கள். இவர்கள் அநேகமாக எல்லாருமே விதர்பா என்னும் பிரதேசத்திலிருந்து வந்த ஏழை முஸ்லிம்கள். அந்த ஏழ்மையில் அவர்களுக்குச் சில கவளங்கள் சோறும், படுத்துக் கிடக்கக் கையகலத் தரையுந்தான் உலகமாகவே இருந்திருக்க வேண்டும். அதையும் விட்டுத் தங்கள் உயிர்களைக் காப்பாற்றிக்கொள்ள அவர்கள் ஓடி வந்த நிஜாம் சமஸ்தானத்தில் அவர்களுக்கு என்ன கிடைத்தது? சில கவளங்கள் சோறும் படுத்துக் கிடக்கத் தெருவோரமாய்க் கையகல இடமும்தான்!

அந்த ஆண்டும் சிகந்தராபாத்தில் திறந்திருந்த சில கடைகளில் மத்தாப்பும் துணி வகைளும் விற்கப்பட்டன. உலக யுத்த நாட்களில் ஒரு நபருக்கு ஆறு மாதத்துக்கு ஐந்து கெஜம் துணி என்ற ரேஷன் முறை அப்போதும் இருந்தது. முரட்டுத்

துணி வாங்கிய ரசீதுகளைச் சேர்த்து வைத்திருக்க வேண்டும். ஐம்பது ரூபாய்த் தொகையை எட்டியவுடன் அந்த ரசீதுகளைக் கொண்டு சென்று ஜேம்ஸ் ஸ்ட்ரீட் போலீஸ் ஸ்டேஷன் அருகேயுள்ள ஒரு சிறு கடையில் தர வேண்டும். அங்குப் பத்து ரூபாய்க்குச் சற்று உயர்ந்த துணி வாங்க முடியும். இரு ஷர்ட்டுகளுக்குத் துணி பத்து ரூபாயில் வாங்கிவிட முடியும்.

இந்திய சுதந்திரம் வந்த ஆண்டு நிஜாமுக்கும் இந்திய அரசுக்கும் ஒத்துப்போகவில்லை. அதன் விளைவு இந்தியாவின் பிறவிடங்களிலிருந்து நிஜாம் சமஸ்தானத்துக்கு வர வேண்டிய பொருள்களுக்குத் தட்டுப்பாடு ஏற்பட்டது. பட்டாசு வகைகளுக்குத் தடைகூட இருந்தது. மத்தாப்பு பெட்டிகள் மட்டும் மிக அதிக விலையில் அங்குமிங்கும் கிடைத்தன.

தீபாவளியின் சிறப்பம்சம் அந்த ஊரில் தெலுங்குக். குடும்பங்கள் நடத்தும் கொலு. தசரா போலவே பத்து நாட்கள் நடைபெறும். இந்தக் கொலுவின்போது தமிழ்ப் பாட்டு போலத் தமிழ்ப் பெண்கள் பாடும் தியாகையர் கீர்த்தனங்களைத் தெலுங்குப் பெண்கள் தெலுங்குப் பாட்டாகவே பாடுவது ஒரு புதிய அனுபவமாக இருக்கும். தமிழகப் பாட்டு வாத்தியார்கள் தான் எப்படியெல்லாம் பதம் பிரித்து, சாகித்யத்தின் பொருளுக்கு அக்கறை காட்டாமல் பாடக் கேட்டுப் பழகி விட்டுத் தெலுங்குப் பாட்டைத் தெலுங்குப் பாட்டாகக் கேட்பது விசித்திரமாகக்கூட இருக்கும். சில தமிழ்ச் சிறுவர்கள் சிரித்துவிடுவார்கள். இதனால் மனஸ்தாபம்கூட நேரிட்டிருக்கிறது, எங்கள் வீட்டிலேயே.

சுதந்திரம் வந்த 1947ஆம் ஆண்டு இந்தத் தீபாவளிக் கொலுவை நடத்தப் பல தெலுங்குக் குடும்பங்களில் வீட்டுப் பெண்கள் கிடையாது. முஸ்லிம் அகதிகள் நிஜாம் சமஸ்தானத்திற்கு வந்து குவிந்ததுபோல ஹிந்துக் குடும்பங்கள் சமஸ்தானத்திற்க்கு வெளியே போய் வசிக்க முயன்றனர். உத்தியோகத்தில் இருந்த சிலர் வெளியூர்களுக்கு மாற்றிக் கொண்டுகூட மூட்டை முடிச்சோடு வெளியேறினார்கள். பல பள்ளிக்கூடங்களில் வகுப்பு மாணவர்கள் எண்ணிக்கை மிகவும் குறைந்துபோய்விட்டது. உண்மையாக ஆபத்து இருந்ததோ என்னவோ ஒரு தெருவில் ஒரு குடும்பம் ஊரை விட்டு வெளியேறினால் அடுத்த வாரம் அந்தத் தெருவில் நாலு குடும்பங்கள் வெளியேறின. யுத்த காலத்தில் இப்படித்தான் சென்னை நகரம் காலியாகியிருக்கும் என்று நினைத்துக் கொள்வோம்.

விபரீதமாக ஏதாவது நிகழ்வதற்குள் எங்கள் வீட்டிலும் எங்காவது போய்விட வேண்டும் என்றுதான் யோசிக்க ஆரம்பித்தோம். ஆனால் எங்குப் போவது? யாரிடம் போவது? நாங்கள் நிஜாம் சமஸ்தானத்தில் குடியேறி ஒரு தலைமுறை முடிந்துவிட்டது. தமிழ் நாட்டில் சில உறவினர்கள் இருந்தார்கள் என்பது தவிர வேறு பிழைப்பு ஆதாரம் கிடையாது. விருந்தினர்களாக ஒரு வீட்டில் நான்கு நாட்கள் இருக்கலாம். அதிகம் போனால் ஒரு வாரம் தங்கலாம். ஆனால் ஒரு வார காலத்தில் இந்த சிகந்தராபாத்தின் நிலைமை மாறி எல்லாரும் சகஜமாக இருக்க முடியுமா? ஒரு வார காலத்தில் எல்லாம் சரியாகிவிடும் என்றால் ஏன் எல்லாரும் ஊரைவிட்டு ஓடுகிறார்கள்? இந்த ஊரைவிட்டு எங்கே போவது? இவ்வளவு ரம்மியமான சிகந்தராபாத்தை விட்டு எப்படிப் போக முடியும்? நினைப்பதற்கே வேதனையாக இருந்தது.

❍

எங்கள் தோட்டத்தில் ஐந்தாறு வர்ணங்களில் கனகாம்பரம் பூத்துக் குலுங்கியது. ஒருவராகவே பறித்து முடிக்க முடியாது. அந்த 1947ஆம் ஆண்டில் கனகாம்பரப் பூக்கள் பாதிக்கு மேல் கீழே உதிர்ந்து கால் பட்டு நசுங்கிக் கிடந்தன. பூக்களைப் பறிக்க வேண்டிய சிறுவனான நான் காலையில் சிகந்தராபாத் கோர்ட் அலுவலகத்துக்குப் போய் கியூவில் நின்றுகொள்வேன்.

காரணம் இதுதான்: நிஜாம் சமஸ்தானத்தில் அந்த ஆண்டில் இந்திய சுதந்திரத்தையொட்டி விதர்பா ஏழை முஸ்லிம்கள் அகதிகளாக வந்து சேர்ந்தார்கள். நிஜாம் சமஸ்தானத்திலிருந்த ஹிந்துக்களில் பலர் சமஸ்தானத்தைவிட்டு வெளியேறினார்கள். சில குடும்பங்கள் நிரந்தரமாகவே வெளியேறின. அதைப் பார்த்து நிஜாம் அரசு உடனே ஓர் உத்தரவு பிறப்பித்தது. யாரும் உரிய காரணம் இல்லாமல் சமஸ்தானத்தைவிட்டு வெளியேற முடியாது. யார் இரயிலில் போக வேண்டுமானாலும் பயணச் சீட்டு வாங்கும் பணத்துடன் போலீஸ் பர்மிட்டும் வைத்திருக்க வேண்டும். அதாவது இந்தியாவுக்குள்ளேயே போக பாஸ்போர்ட் வேண்டும்!

இந்த உத்தரவு பிறப்பிக்கப்பட்டவுடன் சிகந்தராபாத்தில் பதற்றம் இன்னும் அதிகமாயிற்று. எங்களுக்கு வெளியூர் எங்கு போவது, யார் வீட்டில் போய் இருப்பது என்றெல்லாம் யோசித்துப் பார்க்கக்கூட முடியவில்லை. ஆனால் ஊரை விட்டுப போவது என்று தீர்மானம் செய்தால் இந்த பாஸ்போர்ட் போன்ற பர்மிட் விஷயம் தடையாக இருக்கக் கூடாது

என அப்பாவிடம் இரு மனுக்கள் எழுதிக்கொண்டு நான் சிகந்தராபாத் கோர்ட் ஆபீசுக்குச் சென்றேன்.

சிகந்திராபாத்தில் டிசம்பர் மாதத்தில் மழை நின்றுபோய் பனி பெய்ய ஆரம்பித்துவிடும். காலை நேரத்தில் பனி நுண்ணிய கொசு வலைபோல ஆகாயத்திலிருந்து இறங்கிய வண்ணம் இருக்கும். இலேசாகக் குளிரும். உலகமே அரைத் தூக்கத்தில் இருப்பதுபோலத் தோன்றும். ஊர் மையம் தவிர இதர சாலைகளில் எப்போதோ ஒரு முறைதான் ஒரு வண்டியோ சைக்கிளோ பாதசாரியோ காணப்படுவான். காலை வேளையில், அதுவும் டிசம்பர் பனியில் கண் பார்க்கும் இடமெல்லாம் பெரிய ஓவியம்போல இருக்கும். சாலையின் இரு பக்கங்களிலும் பெரிய பெரிய காம்பவுண்டு சுவர்கள். அந்தக் காம்பவுண்டுகளில் ஓங்கி வளர்ந்திருந்த மரங்கள் சாலையின் இரு புறமும் சாமரம் போலச் சாய்ந்திருக்கும். சாலை நடுவிலிருந்து பார்த்தால் எதிரே ஒரு முடிவுறாத குகையிருப்பதுபோலத் தோன்றும். அந்தக் குகைக்குள் முன்னேறி கோர்ட் அலுவலகத்துக்குப் போய்ச் சேர்ந்தேன். அங்குதான் போலீஸ் அலுவலகமும் இருந்தது. அங்கு எனக்கு முன்பே டஜன் கணக்கில் மக்கள் கூடியிருந்தனர்.

ஒரு ஜன்னலில் ஒரு குமாஸ்தா விண்ணப்பங்களைப் படித்து அந்தக் கணமே உண்டு இல்லை என்று நிர்ணயித்துக் கொண்டிருந்தார். அந்த மனிதர் சொன்ன பதிலைக் கேட்டுக் கொண்டு பதில் பேசாமல் எல்லாரும் வெளியேறிக் கொண்டிருந்தார்கள். என்னுடைய முறை வருவதற்கு இன்னும் சில நிமிடங்களே ஆகும். எனக்கு முன்னால் நின்ற நபர்கள் பத்துக்கு மேல் இருக்காது.

எனக்குத் திடீரென்று துக்கம் பொங்கிக்கொண்டு வந்தது. டிசம்பர் மாதம் முதல் வாரத்துக்குப் பிறகு விடுமுறை. கிட்டதட்ட ஒரு மாதம் விடுமுறை, கிறிஸ்துமஸ் பண்டிகை வரும். எனக்குத் தெரிந்த கிறிஸ்துவக் குடும்பங்கள் எல்லாமே டிசம்பர் பிறந்ததுமே புதிய உற்சாகத்தோடு இருப்பார்கள். டிசம்பர் இருபது தேதியளவில் அவர்களுடைய குதூகலமும் கொண்டாட்டமும் சொல்லி முடியாது. சிகந்தராபாத் இரயில்வே இன்ஸ்டிடியூட்டில் அநேகமாகத் தினமும் ஏதாவது ஒரு வைபவம் இருக்கும். கிறிஸ்துமஸுக்கு அடுத்த நாள் டான்ஸ் இருக்கும். பாண்ட் வாத்திய வாசிப்புக்கு ஏற்றபடி ஆங்கிலோ இந்தியர்கள் ஆண்களும் பெண்களும் நடனமாடுவார்கள். நான் சிறு குழந்தையாக இருந்ததிலிருந்து எப்படியோ ஒவ்வொரு முறையும் அந்த டான்ஸுக்குப் போய்விடுவேன், அவர்கள் அதை 'பால்' என்றுதான் அழைப்பார்கள். யுத்த காலத்தில்

(1939–1945) இந்த வைபவத்துக்கெல்லாம் நிறைய வெள்ளைக்கார சோல்ஜர்கள் வருவார்கள். ஒரு ஹிந்துப் பையனுக்கு இதெல்லாம் சரியா தப்பா என்று கூற முடியாது – ஆனால் அங்கு இரவு முழுவதும் சிரிப்பும் கும்மாளமும் விருந்தும்தான். இப்போது போலீஸ் பர்மிட் கிடைத்து நாங்கள் வெளியூர் சென்றுவிட்டால் இந்த முறை இன்ஸ்டிடியூட் கிறிஸ்துமஸ் டான்ஸுக்குப் போக முடியாது. சிகந்தராபாத்தில் டிசம்பர் மாதத்தைக் கழிக்காமல் வேறேதோ ஊருக்குப் போகப் போகிறோம்!

ஜன்னலில் எனக்கு முன் ஒரே ஒரு நபர்தான். அந்த நபரின் விண்ணப்பத்தை அந்த குமாஸ்தா நிராகரித்துவிட்டான். அடுத்தது என்னுடையதுதான்.

நான் கொண்டு சென்றிருந்த இரு விண்ணப்பங்களை நீட்டினேன். ஒன்று, படுத்த படுக்கையாகக் கிடக்கும் பாட்டியைப் பார்க்க எங்கள் குடும்பம் பம்பாய் செல்ல வேண்டும். இரண்டாவது, என் அப்பாவின் சகோதரர் திருமணத்திற்கு, சென்னை செல்ல வேண்டும். என்னுடைய சித்தப்பாக்கள் எல்லாருக்கும் கல்யாணத்துக்குப் பிள்ளைகள் பெண்கள் இருந்தார்கள். என்னுடைய பாட்டிகள் படுத்த படுக்கையிலிருந்து எடுத்துச் செல்லப்பட்டுப் பல ஆண்டுகள் ஆகிவிட்டன.

இரு விண்ணப்பங்களையும் படித்த போலீஸ் குமாஸ்தா, என்னிடம், “ஏண்டா பையா, உனக்குச் சித்தப்பா முக்கியமா, பாட்டி முக்கியமா!” என்று கேட்டார். ஏனோ இரண்டிலும் ‘சரி’ என்று எழுதி முத்திரையிட்டுக் கொடுத்துவிட்டார்.

நாங்கள் ‘பாஸ்போர்ட்’ வாங்கிவிட்டோமே தவிர ஊரெதற்கும் போகவில்லை. அந்த ஆண்டு இரயில்வே இன்ஸ்டிடியூட்டில் கிறிஸ்துமஸ் விழாவும் நடக்கவில்லை. ஆனால் எங்கள் வீட்டில் டிசம்பர் கனகாம்பரப் பூக்கள் செடிகொள்ளாமல் பூத்துக் கொட்டின.

❍

டிசம்பர் 1947இல் நிஜாம் போலீசிடம் வெளியூர் செல்ல அனுமதி வாங்கிவிட்டோமே தவிர அதைப் பயன்படுத்தவில்லை எந்த உறவினர் வீட்டுக்கு எத்தனை நாட்களென்று போய் இருப்பது? உறவினர்களில் தமிழ்நாட்டில் மட்டுமே இருந்துப் பழகிவிட்டவர்களுக்கு 1947இல் ஊரைவிட்டு ஓடும் படியான இனத் துவேஷம் ஏதோ நிழல் போன்றதொன்றுதான். அந்த நாட்களில் இப்படியும் இருக்குமா? என்ற சந்தேகம் பல பேருக்கு இருந்தது. வட இந்தியாவில் அன்று நடந்து வந்த

படுகொலைகளை மனம் உள்வாங்கிக்கொள்ள மறுத்தது, இருக்காது இருக்காது இதெல்லாம் நிஜமாக இருக்க முடியாது. நாங்கள் ஒரே ஒரு உறவினருக்கு மட்டும் கடிதம் எழுதினோம். அவர்கள் மறு தபாலில் பதில்போட்டுவிட்டார்கள், இங்கு விலைவாசி மிக அதிகம் என்று.

இதற்கிடையில் இந்திய அரசுக்கும் நிஜாமுக்கும் தற்காலிக ஒப்பந்தம் என்று ஒன்று கையெழுத்தாயிற்று. இது எந்தச் சிக்கலையும் தீர்க்கவில்லை. ஆனால் ஏதோ பெரிய ராஜதந்திரச் செயலாகத்தான் நிஜாமின் அரசு நினைத்தது. சாதாரண மக்களுக்கு சாதாரண உணவுப் பொருள்கள் கிடைப்பதே அரிதாக இருந்தது. உண்மையில் அந்தத் தருணத்தில்தான் இந்தியாவின் ஒரு பாகம் இன்னொரு பாகத்தை எவ்வளவு எதிர்பார்த்திருந்தது என்று பூரணமாக விளங்கியது. நகரப் பகுதிகளில் பகிரங்கமாக காஸிம் ரஸ்வி என்னும் ஓர் இனவாதத் தலைவரின் ரஜாக்கர் குழுக்கள் ராணுவப் பயிற்சி மேற்கொள்ளத் தொடங்கின. அந்தப் பயிற்சியை வைத்துக்கொண்டு மிகச் சாதாரண ராணுவ ஆயுதத்தைக்கூடக் கையாள முடியாது என்று இன்று ஒரு குழந்தைகூடத் தெரிந்துகொண்டுவிடும். ஆனால் அன்று அந்தக் ‘காச்சுமூச்சு’ என்ற கூச்சல் கூப்பாடு. இலட்சக்கணக்கான மக்களைக் கதிகலங்க வைத்தது. காரணம் பெரிய ரகசியமில்லை. அவர்கள் ஆட்சியாளர்களுக்கு வேண்டியவர்கள், அவ்வளவுதான். அதே நேரத்தில் வட இந்தியாவிலிருந்து, குறிப்பாக டில்லியிலிருந்து வந்து கொண்டிருந்த செய்திகள் வேறு யாரையும் அதிகம் குற்றம் சாட்ட இடம் தரவில்லை. அதிலும் காந்திஜி சாகும்வரை உண்ணாவிரதம் என்று அறிவித்தது சிகந்தராபாத், ஹைதராபாத்திலிருந்த இந்துக்கள் நிலையைச் சற்றுத் தீவிரமாக்கியது.

ஆச்சர்யமாக இருக்கிறது; இவ்வளவு அமளியிலும் அந்த ஊரில் தெலுங்கு சினிமாப் படங்கள் வரும், மாதக் கணக்கில் ஓடும். நாங்களும் இரு மாதங்கள் மூன்று மாதங்களுக்கு ஒரு முறை ஓர் ஊர்வலமாக நடந்து சென்று அந்தப் படத்தைப் பார்த்துவிட்டு வருவோம். ஒரு வாரம் தவறாமல் ஒரு மைல் தள்ளியிருந்த பிள்ளையார் கோவிலுக்கு (மீண்டும்) ஊர்வலம் சென்று வருவோம். இன்று இதையெல்லாம் திரும்ப நினைத்துப் பார்க்கையில் அப்போது அனுபவித்த பீதி, கிலியெல்லாம் ஆதாரமற்றதுதானா என்றுகூடத் தோன்றுகிறது. காலம் கடந்த பின் துன்பங்கள் அவற்றின் கூர்மையிழந்துவிடுகின்றன.

சிகந்தராபாத்தில் நாற்பது ஆண்டுகளுக்கு முன்னால் கோயிலொன்று முறையாக இரண்டு மூன்றுதான் இருந்தன.

ஓர் ஆஞ்சநேயர் கோவில் ஒரு மாகாளி கோயிலும் எல்லாருடைய பிரார்த்தனைகளையும் வேண்டுதல்களையும் பெற்றுக்கொண்டன. பிள்ளையார் கோயில் புதியது. மழை பெய்தால் பிள்ளையாரும் நவக்கிரகங்களும்தான் நனையாமல் இருப்பார்கள். புதராக மண்டியிருக்கும் 'நந்தவன'த்தில் ஒரு குடிசை, பூஜை புரியும் இரு அர்ச்சகர்கள் குடும்பங்களுக்கும். ஒருவர் நல்ல சிவப்பாக இருக்கும் பீமராவ், இன்னொருவர் சனீசுவர பகவானையொத்த ஜகன்னா தாச்சாரி, கோயிலே இருட்டில் விளங்கிக்கொண்டிருக்கும்போது இவர்கள் இருவர் குடும்பங்களும் இருக்குமிடமே தெரியாது. அந்த இடத்தில் எவ்வளவு, எப்பேற்பட்ட பூச்சிப் பொட்டுகள் வருமோ? அவர்கள் ஒழுங்காகச் சமைத்து உண்ண முடியுமோ, முடியாதோ? வெள்ளிக்கிழமை தவறாமல் சுண்டல் பிரசாதம் செய்து வைப்பார்கள். கோயிலுக்கு வருபவர்கள் எல்லாருக்கும் பிடியளவு பிரசாதம் உண்டு. கணக்கில்லாத வெள்ளிக் கிழமைகள் கோயிலுக்குச் சென்றிருக்கிறோம். ஒரே சீராகப் பிரசாதம் மிக ருசியாக இருக்கும்.

அந்த ஜனவரி வெள்ளிக்கிழமையும் எங்கள் வீட்டிலுள் ளோர் அத்தனை பேரும் பிள்ளையார் கோவிலுக்குக் கிளம்பினோம். முன்னால் அப்பா. அவருக்குப் பத்தடி தள்ளி நானும் என் அக்காவும். அதற்குப் பத்தடி தள்ளி என் தங்கையும், தம்பியும். அதற்குப் பத்தடி தள்ளி எங்கள் அம்மா. அதற்குப் பத்தடி தள்ளி எங்கள் அத்தை. ஜன நடமாட்டமே இல்லாத வேளையில் எங்கள் குடும்பம் வெளியே செல்வது ஓர் ஊர்வலத்தைப் பார்ப்பது போலத்தான் இருக்கும். 1948 ஜனவரி வெள்ளிக்கிழமை மாலை நாங்கள் கோயிலுக்குச் சென்றது ஒரு விசேஷ ஊர்வலம் போலத்தான் இருந்தது. காரணம் தெருவில் ஈ, காக்காக்கள் மட்டுமே காணக் கிடைத்தன. வேறு மனிதர்கள் கிடையாது.

எங்களிடமும் மனதில் உற்சாகமில்லை மாதக்கடைசி, மாத ஆரம்பத்தில் கொடுத்திருந்த சொற்ப ரேஷன் தீர்ந்துபோய்ப் பத்து நாட்களாகிவிட்டன. சோளத்தை ரவை போலாக்கிச் சாதம் வடித்துச் சாப்பிட்டோம். சோளம் உலகத்திலேயே மிகச் சத்துள்ள தானியமாக இருக்கலாம். ஆனால் சைக்கிள் விடுவது போலப் பழகிக்கொள்ள வேண்டியதாகும். நிரந்தரப் பசியுடன், நிரந்தர வயிற்றுக் கடுப்புடன் நாங்கள் எல்லாரும் இருந்தோம். பிள்ளையார் கோயில் சுண்டல் வேண்டும் போலவும் இருந்தது. தின்னப் பயமாகவும் இருந்தது. எல்லோருமே படுத்துவிட்டால்? ஊரில் ஒழுங்காக டாக்டர்கூடக் கிடையாது.

நாங்கள் வீடு அடைய இன்னும் சில கஜங்களே இருந்தன. நாங்கள் யாரென்று அறியாத ஒருவர் எங்கள் அப்பாவை அணுகி ஏதோ விசாரித்தார், அப்பாவும் பரபரப்படைந்தார். சற்று தூரத்தில் காணப்பட்ட இன்னொருவரைக் கண்டு அவரிடம் ஓடினார். அப்பா நிலை கண்டு நானும் அப்பாவுடன் ஓடினேன். எந்த அறிமுகமும் இல்லாமல் அலறியபடி அவரைக் கேட்டார்; "காந்திக்குக் குண்டடிக்காயமா?" அவர் பதில் சொன்னார்: "காயமா? உயிர் போய் இரண்டு மணி நேரமாகிறது."

❍

1948இல் ஜனவரி 30, மகாத்மா காந்தி கொலையுண்டது நிஜாம் சமஸ்தானத்தில் துக்கத்தையும், கலக்கத்தையும் உண்டு பண்ணியது. நிஜாம் அரசுத் தரப்பில் இரங்கல் செய்தி வெளியிடப்பட்டது. காந்திஜியின் தகன தினத்தன்று அலுவலகங்கள் மூடப்பட்டன.

என்ன தான் 'ஈஸ்வர அல்லா தேரே நாம்' என்று தன்னுடைய பஜனைக் கூட்டங்களில் காந்திஜி எல்லாரையும் பாடவைத்தாலும் ஹைதராபாத்திலும் பல முஸ்லிம்களுக்கு அவரை ஒரு ஹிந்துத் தலைவராகத்தான் நினைக்க முடிந்தது. அதிகம் விவரமறியாதவர்கள் அவரை ஒரு ஹிந்து மதத் தலைவர் என்றுகூட நினைத்திருந்தார்கள். இந்த ஒரு சாயல் வேறு எந்தத் தேசியத் தலைவர் மீதும் விழவில்லை. அந்த நேரத்தில் நிஜாம்அரசும், நிஜாம் சமஸ்தானமும் ஒரு சுதந்திர நாடாகவே இருந்து விட முடியும் என்று நினைத்தாலும் இந்திய அரசுத் தலைவர்களில் சர்தார் வல்லபாய் படேலையும், நிஜாம் சமஸ்தானத்துக்கு இந்திய அரசின் பிரதிநிதியாக நிஜாம் சமஸ்தானத்திலேயே ஹைதராபாத் நகரத்துக்குச் சுமார் பத்து மைல் தூரத்திலிருந்த பொலாரம் என்னுமிடத்தில் தங்கியிருந்த கே. எம். முன்ஷியையும் தான் திரும்பத் திரும்பக் கவனத்தில் வைத்திருக்க வேண்டியிருந்தது. அவர்கள் இருவரையும் அரசியல்வாதிகளாகத்தான் நிஜாமின் ஆலோசகர்கள் நினைக்க முடிந்தது.

காந்திஜி பாகிஸ்தான் தரப்பில் வாதாடி 9 கோடி ரூபாயை அந்த நாட்டுக்கு இந்திய அரசு தரும்படி செய்திருந்தார். படுகொலைகளுக்குப் படுகொலைகள் பதிலாகாது என்று ஹிந்துக்களைத் தடுத்து செயலற்றிருக்கும்படி செய்திருந்தார். ஆனால் இதெல்லாம் ஒரு ராஜதந்திரம், அவர் உள்ளூர ஓர் ஹிந்து தான் என்று நினைத்திருந்தவர்கள் நிறையப் பேர் இருந்தார்கள். நிஜாம் சமஸ்தானத்தில் செல்வாக்கிலிருந்த முஸ்லிம் தலைவர்கள் காந்திஜியையோ வேறு எந்த இந்தியத்

தலைவரையோ இந்த விஷயத்தில் நம்பத் தயாராக இல்லை ஆனால் காந்திஜியின் மறைவு அவர்களுக்குத் கவலை தராமல் இல்லை. ஒரு நெருக்கடியான நேரத்தில் அவர்கள் சார்பில் செயல்பட இருந்த ஒரு மனிதர் திடீரென்று உலகிலிருந்து அப்புறப் படுத்தப்பட்டது அவர்களுக்குக் கவலை ஏற்படுத்தத் தான் செய்தது. நிஜாம் அரசும் காந்தி மறைவுக்குத் துக்கம் அனுஷ்டித்தது.

பிப்ரவரி 11ஆம் தேதி ஹைதராபாத் காங்கிரஸ் கட்சியில் சில துடிப்புள்ளவர்கள் 'குவிட் காலேஜ் மூவ்மெண்ட்' என்று ஒரு போராட்டம் துவக்கினார்கள். கல்லூரி மாணவர்கள் படிப்பைத் துறக்க வேண்டும். படிப்பைத் துறந்து என்ன செய்வது? முதலில் ஊர்வலம்.

முதல் நாள் ஊர்வலம் நடந்தது. நாங்கள் எல்லோரும் ஹைதராபாத் நகரத் தெருக்களில் ஊர்வலம் போனோம். அந்த நாளில் ஹைதராபாத் நகரத் தெருக்கள் அவ்வளவு ஒன்றும் அகலமாக இருக்காது. ஆனால் நாங்கள் அவ்வளவு ஒன்றும் பெரிய கூட்டம் இல்லை. அதிகம் இருந்தால் இரண்டாயிரம்பேர் இருப்போம். 'இந்தியன் யூனியன் ஜிந்தாபாத், ஸ்டேட் காங்கிரஸ் ஜிந்தாபாத்' என்பதுதான் எங்களுடைய பிரதான கோஷம். பிப்ரவரி மாதமாதலால் வெயில் அதிகக் கடுமையாக இருக்கவில்லை.

எங்கள் ஊர்வலத்தின் முன்னாலும் பின்னாலும் சில போலீஸ்காரர்கள் கூடவே வந்தார்கள். நிச்சயமாக சுல்தான் பஜார் இறுதியில் கண்ணீர்ப் புகை, தடியடி இருக்கும் என்று எங்களுக்குள் ஓர் எதிர்பார்ப்பு இருந்தது. கைக்குட்டை யிருந்தவர்கள் அதை நனைத்து ஈரமாக வைத்திருந்தார்கள். தலையைப் பாதுகாத்துக்கொள்ள தடிமனான நோட்டுப் புத்தகத்தை வலது கையில் தயாராக வைத்துக்கொண்டிருந்தோம். சுல்தான் பஜாரும் வந்துவிட்டது.

சுல்தான் பஜாரைத் தாண்டியாகிவிட்டது. ஆனால் போலீஸ்காரர்கள் வெறுமனே தான் எங்களுடன் வந்து கொண்டிருந்தார்கள். எங்கள் கூட்டத் தலைவர்களுக்கு. என்ன செய்வதென்று உறுதிப்படவில்லை மூஸி நதிப் பாலம்வரை போய்விட்டோம். இன்னும் ஒன்றும் இல்லை!

மூஸி நதிக்கரையோரச் சாலை சிமெண்ட் பரப்பப்பட்ட சாலை. சாலையிலேயே அவ்வளவு பேரும் உட்கார்ந்து கொண்டோம். எங்கெங்கோ போலீஸ்காரர்கள். ஆனால் எல்லாரும் வேடிக்கை பார்த்துக்கொண்டிருந்தார்கள். எங்களுக்குத் தொண்டை வறண்டுபோய் விட்டது. பசித்தது.

கையில் கொண்டு வந்திருந்ததைச் சாப்பிட்டால் கை கழுவ, குடிக்க கல்லூரியில் தண்ணீர் கிடைக்கும். ஆனால் இப்போது அது முடியாது.

ஒரு மணி, ஒன்றரை மணியளவில் எங்கள் கூட்டம் அதுவாகக் கலைந்து போய்விட்டது. அன்று அங்கு பக்கத்திலிருந்த "நிஷாத்" சினிமாக் கொட்டகையில் வழக்கத்தைவிட அதிகமாக ஐம்பது பேராவது பகல் நேரக் காட்சியில் கூடியிருந்தார்கள்

அடுத்த நாள் கல்லூரியருகில் மாணவர்கள் அதிகம் இல்லை. வந்திருந்தவர்களில் சிலர் வகுப்புகளுக்குச் சென்றார்கள். சிலர் அணிவகுத்து மீண்டும் ஊர்வலம் நடத்தினார்கள். வெளியார்கள் தான் நிறையப்பேர் இருந்தார்கள். மீண்டும் இண்டியன் யூனியன் ஜிந்தாபாத், ஸ்டேட் காங்கிரஸ் ஜிந்தாபாத்.

அன்று தடியடி நடந்தது.

இன்றைக்கு நாற்பது ஆண்டுகளுக்கு முன்பு 'எம்.எஸ்.எம்.' என்ற சுருக்கம் இரு விளக்கங்களைத் தமிழர்கள் மனக்கண் முன்பு தோற்றுவிக்கும். ஒன்று 'பெரிய இரயில்' என்று சொல்லப்படும் பிராட்கேஜ் இரயில் வண்டி. சென்னை எழும்பூர் நிலையத்தில் அன்று (இன்றும்கூட) மூன்று பிளாட்பாரங்கள், எல்லாம் மீட்டர் கேஜ் அல்லது சின்ன வண்டிக்காக. இவற்றை சவுத் இண்டியன் இரயில்வே என்ற கம்பெனி நடத்தி வந்தது. 'ஒருங்கிணைந்த இந்திய இரயில்வே' என்பது 1950இல் தான் உருப்பெற்றது. அதுவரை ஒவ்வொரு பிரதேசத்திலும் பல தனிக் கம்பெனிகள் ரயில்களை ஓட்டி வந்தன. சென்னை சென்ட்ரல் நிலையத்தில் 'பெரிய வண்டி.' இந்த பிராட்கேஜ் வண்டிகளை ஓட்டியது எம்.எஸ்.எம். என்ற கம்பெனி. முழுப்பெயர் 'மெட்ராஸ் அண்டு ஸதர்ன் மராட்டா இரயில்வே.'

இன்னொரு எம்.எஸ்.எம். சற்றுத் துக்கம் தருவது, அந்த நாளில் தமிழகத்தில் (அண்ணாமலை நீங்கலாக) இருந்த ஒரே பல்கலைக்கழகம் மதறாஸ் யூனிவர்சிடி எனப்படும் சென்னைப் பல்கலைக்கழகம்தான். இது பரீட்சையை மார்ச் மாதத்திலும் அதில் வெற்றியடையாதவர்கள் மீண்டும் எழுத செப்டம்பர் மாதத்திலும் நடத்தும். இந்த யூனிவர்சிடி பரீட்சைகளில் பல மாணவர்களுக்குத் தோல்விகள் தனித்து வராது; அடுத்தடுத்து வரும். ஆதலால் 'மார்ச்–செப்டம்பர்–மார்ச்' எனப் பரீட்சை எழுதும் முயற்சிகள் நீண்டு கொண்டுபோகும். பிரயாணத்துக்காகப் பெரிய இரயிலில் ஏறியிருந்தாலும் கல்லூரிகளில் படிப்பவர்களாயிருந்தால் எம்.எஸ்.எம். என்பது நெஞ்சைத் திருகி வயிற்றைக் கலக்கித் தலையைச்

சுற்றவைக்கும் எழுத்துகள். நிஜாம் கல்லூரி மாணவர்களுக்கும் எம்.எஸ்.எம். என்பது ஊமை வலியெழுப்பும் எழுத்துக் கொத்து. காரணம், ஹைதராபாத்தில் ஆங்கில மொழி கற்பிக்கப்பட்ட ஒரு கல்லூரியாகிய நிஜாம் கல்லூரி சென்னைப் பல்கலைக் கழகத்துடன்தான் இணைக்கப்பட்டிருந்தது.

ஆகஸ்டு 1947லிருந்தே நிஜாம் கல்லூரி ஒழுங்காகச் செயல்படவில்லை. ஸ்டிரைக், ஊர்வலம், தடியடி, கல்லூரி புறக்கணிப்பு – இதெல்லாம் பரீட்சைக்கிருந்த பாடங்களைப் பூரணமாக நடத்த வழி செய்யவில்லை. பிப்ரவரி மாதத்தி லிருந்தே சில மாணவர்கள் சென்னைப் பல்கலைக்கழகத்துக்குப் பரீட்சையை ஒத்திப்போட விண்ணப்பம் அனுப்பினார்கள். ஆனால் ஒரு கல்லூரியில் நிலைமை சரியில்லை என்பதற்காக ஒரு மாநிலம் முழுமையும் பரீட்சைகளை ஒத்திப்போடப் பல்கலைக்கழகம் தயாராக இல்லை. மார்ச் 22ஆம் தேதி பரீட்சைகள் துவங்கும் என்று அறிவிப்பு வந்துவிட்டது.

நிஜாமுக்கும் இந்திய அரசுக்கும் இடையே ஒரு தற்காலிக ஒப்பந்தம் என்று இருந்தாலும் ஹைதராபாத் அரசின் தலைவர்கள் மறைமுகமாகச் சில நடவடிக்கைகளில் ஈடுபட்டிருந்தார்கள். டில்லியிலிருந்து மார்ச் மாதம் நிஜாமின் பிரதம மந்திரிக்கு ஒரு கடிதம் வந்தது. தற்காலிக ஒப்பந்தம் மீறப்படுவதைப் பட்டியலிட்டுக் காட்டிய அந்தக் கடிதம் நிஜாம் அரசுக்கு ஓர் எச்சரிக்கை போலவும் இருந்தது. அதில் குறிப்பிட்டிருந்தவற்றில் முக்கியமானவை:

1. பாகிஸ்தானுக்கு நிஜாம் கொடுத்த 20 கோடி ரூபாய் கடன்;

2. பாகிஸ்தானுக்கு நிஜாம் அனுப்பிய தூதர்;

3. ஏராளமாகப் படை பலத்தை அதிகரித்தது;

4. இந்திய ராணுவத்திற்குத் தடை விதித்தது.

5. இனவாதக் கட்சிகளுக்கு ஆதரவு தருவது.

அந்த நாளில் நிஜாம் சமஸ்தானத்திலேயே எங்களுக்கும் எங்களைப் போன்ற லட்சக்கணக்கானோர்க்கும் இத்தகவல்கள் எல்லாம் தெரியாது. வெளியூரிலிருந்து செய்திப் பத்திரிகைகள் வர அனுமதிக்கப்பட்டால்தான் ஏதாவது தெரியும். அப்படி அனுமதிக்கப்பட்ட இதழ்களில் விசேஷமாக ஒன்றும் இருக்காது. வானொலியும் அதிகம் பயனில்லை. இந்திய அரசுக்கு அந்த நாளில் நிஜாமைவிட இன்னும் பெரிய வேறு பல முக்கியமான பிரச்சினைகள் இருந்தன. ஆதலால் ஹைதராபாத் பற்றிய செய்திகள் எப்போதாவதுதான் இடம்பெறும். நிஜாம்

கல்லூரி மாணவர்கள் மார்ச் மாதப் பரீட்சையை ஒத்திப் போடக் கோரி யார் யாருக்கோ விண்ணப்பித்தார்கள். நேரு, ராஜாஜிக்குக்கூட எழுதினார்கள். இப்படி வரிந்து வரிந்து விண்ணப்பங்கள் எழுதிக்கொண்டிருப்பதற்குப் பதிலாகப் பரீட்சையே எழுதிவிடலாம் என்று ஒருவன் சொன்னான். அதைத்தான் செய்ய வேண்டியிருந்தது. பரீட்சைகள் ஒழுங்காக மார்ச் 22ஆம் தேதி துவங்கிவிட்டன.

நிஜாம் கல்லூரியில் மிகக் குறைந்த பிரிவுகள்தாம். இண்டர்மீடியட் என்னும் பட்ட நுழைவு வகுப்பில் இரு பிரிவுகள். பி.ஏ.யில் இரு பிரிவுகள். பி.எஸ்.ஸி யில் இரு பிரிவுகள். எம்.ஏ. இந்த ஏழெட்டுப் பிரிவுகளே இருந்தன. என்றாலும் எல்லாருக்குமாகப் பரீட்சைகள் முடிய ஒரு மாதகாலம்கூட ஆகும். அந்த ஒரு மாதத்திற்குள் ஊரில் விபரீதமாக ஏதாவது நடந்து வீட்டை விட்டு வெளியே கிளம்ப முடியாதபடி போகக் கூடாதே என்று நாங்கள் எல்லோரும் பிரார்த்தித்துக் கொண்டிருந்தோம்.

நிஜாம் தன் படை பலத்தை வெறும் ஆட்கள் எண்ணிக்கை மூலம் மட்டும் அதிகரிக்கவில்லை. ஆயுதங்கள் மூலமும்தான். நாலாபுறத்திலும் இந்தியப் பிரதேசம் சூழ்ந்திருக்கும்போது ஆயுதங்களை எப்படி ஹைதராபாத்தினுள் கொண்டுவருவது?

ஊர் பிளவு பட்டால் சிதறுவதை அள்ளிப் போட்டுக் கொண்டுபோக எங்கெல்லாமிருந்தோ ஓடி வருவார்கள். நிஜாமுக்கு விமான மூலம் ஆயுதங்கள் கடத்திக்கொண்டு வருகிறேன் என்று ஒரு வெள்ளைக்காரன் வந்தான். பெயர். –சிட்னி காட்டன்.

அந்த ஏப்ரல் 1948இல் நிஜாம் சமஸ்தானத்தின் தலைநகரமாகிய ஐதராபாத்தில் ரஜாக்கர்களுக்குப் பயந்து நிறைய பேர் ஊரைவிட்டு வெளியேறியதற்குச் சான்றாகத் தெருக்களில் அதிக நடமாட்டம் இல்லாதபோதிலும் நிஜாம் கல்லூரியில் நடந்த இறுதிப் பரீட்சைகளுக்கு மட்டும் முழு அளவு மாணவர் கூட்டம் இருந்தது. சென்னைப் பல்கலைக்கழகம் நிஜாம் கல்லூரியில் நடத்தும் கடைசிப் பரீட்சையும் அதுவாகவே இருந்தது. அடுத்த கல்வி ஆண்டிலிருந்து, அதாவது இன்னும் இரு மாதங்களுக்குப் பிறகு, நிஜாம் கல்லூரியும் நிஜாம் நிறுவிய உஸ்மானியா பல்கலைக்கழகத்தின் ஓர் அங்கமாகிவிடும்.

எங்களுக்கு வித விதமான கவலைகள் தோன்றியிருந்தன. சுதந்திரம் வந்ததிலிருந்து நிஜாம் கல்லூரியில் பாடங்கள் சரியாக நடக்க வழியில்லாத சூழ்நிலை. அந்த நாளில் ஒரு மாணவன் முழுக்க முழுக்கக் கல்லூரியில் பாடம் கற்றேதான் பரீட்சைக்குத்

தயாராக முடியும். 'கைடுகள்,' 'சுலப வழிப் பாடங்கள்,' 'கேள்வி–பதில்கள்' என்ற நூல்கள் எல்லாம் அநேகமாக இல்லவே இல்லை என்று கூறிவிடலாம். அப்படியிருந்தாலும் சென்னைப் பல்கலைக்கழகப் பரீட்சைகளுக்குத் துணை போகும் புத்தகங்கள் ஹைதராபாத் அல்லது சிகந்தராபாத் நகரங்களில் கிடைக்காது. எங்களுடைய பெரிய கவலை இந்த மார்ச் பரீட்சையில் தேறாவிட்டால் மீண்டும் செப்டம்பர் பரீட்சை ஐதராபாத்தில் நடக்குமா ?

நடுவில் யாரோ புரளி கிளப்பிவிட்டார்கள். ஏப்ரல் முதல் தேதி நடந்த பரீட்சையின் கேள்வித்தாள் வெளியாகி விட்டது என்று. இந்த மாதிரி விபத்து நேர்ந்தால் மறு பரீட்சை எழுத வேண்டும். அது எப்போது, எங்கே என்று தெரியாது. இந்த ஏப்ரல் மாதப் பரீட்சைகள் ஒழுங்காக நடந்து முடிய வேண்டுமே என்று கவலையோடு இருந்தவர்களுக்கு மீண்டும் ஒரு முறை மே மாத வாக்கில் பரீட்சை எழுத நேர்ந்துவிடுமோ என்று திகிலாகவே இருந்தது. காரணம், அப்போதே பஸ்கள் சரியாக ஓட முடியவில்லை. இந்தியாவிலிருந்து டீஸல் எண்ணெய் பட்டுவாடா தடைப்பட்டிருந்தது. அத்துடன் இன்னும் ஏதேதோ பொருள்களும் சேர்ந்தன.

நிஜாம் அந்த ஏப்ரல் மாதத்தில் இந்திய அரசுக்கு. எழுதிய ஒரு கடிதம் சற்று உருக்கமானது. இந்திய அரசு தனக்கு மிகவும் விரோதமாக நடந்துவிடுகிறது என்பதற்கு ஒரு பட்டியலே தந்திருந்தார். அதில் ஒரு குறிப்பு: "இங்கு. தண்ணீரைச் சுத்திகரிப்பதற்குத் தேவையான குளோரினைக் கூடத் தடைசெய்து வைத்திருக்கிறீர்கள். அதாவது ஆயிரமாயிரம் மக்கள் கிருமிகள் இருக்கக்கூடிய தண்ணீரைத்தான் வீட்டுக் குழாயில் பெற்றுவருகிறார்கள்."

பரீட்சைக்கு எல்லா மாணவர்களும் வந்திருந்த மாதிரித் தான் முதலில் இருந்தது. ஆனால் ஓரிரு நாட்களுக்குப் பிறகு தான் சில காலியிடங்கள் இருப்பது தெரிந்தது. எனக்குப் பின்னால் இருந்த இடமே காலியாக இருந்தது. யார் பரீட்சைக்குப் பணமும் கட்டி விட்டுப் பரீட்சையை எழுதாமல் விடுகிறார்கள் ? எனக்குப் பின் நாற்காலி என்றால் வகுப்பில் என் பிரிவைச் சேர்ந்தவனாகத்தான் இருக்க வேண்டும். யார் அது ?

அது நம் வெங்கிடகிருஷ்ணய்யா ! வெங்கிடகிருஷ்ணய்யா இரு பரீட்சைகளுக்கு வரவில்லை, நான் அதைக் கவனிக்கவே யில்லை !

வெங்கிடகிருஷ்ணய்யாவின் சொந்த இடம் ஏதோ தெலுங்கானாப் பகுதியில் கிராமப்புறம். நல்ல பணக்காரன்

என்று சொல்லுவார்கள். எப்போதும் சிரித்த முகமாக. இருப்பான். தெலுங்கும் உருதும் மிகச் சரளமாகப் பேசுவான். அவன் என்ன சொல்கிறான் என்பதைவிட அவன் சொற்களை எப்படி இவ்வளவு வேகமாக வெடித்து வரும்படி பேசுகிறான் என்று பார்ப்பதே உற்சாகமாக இருக்கும். அவன் பரீட்சைக்கு வரவில்லை, ஏன்?

முதலில் யாருக்கும் தெரியவில்லை. ஆனால் நானாக அவன் தங்கியிருந்த வீட்டுக்குப்போய் விசாரித்தேன். அங்கு யாருமே இல்லை. அதே தெருவில் உஸ்மானியா பல்கலைக்கழகத்தில் படிக்கும் மாணவன் இருந்தான். அவனிடம் கேட்டேன். அவனுக்குத் தெரிந்திருந்தது.

வெங்கிடகிருஷ்ணய்யாவை யாரோ கிராமத்தில் கொலை செய்துவிட்டார்கள். யாரோ என்பதில் ஒரு சிறு ஹேஷ்யம். கொன்றது, ரஜாக்கர்களா கம்யூனிஸ்டுகளா?

❍

அந்த நாட்டுக்கும் அந்த ஊருக்கும் ஏதோ கேடு வந்துவிட்டது என்று எல்லோருக்கும் தெரிந்து ஒரு வருட காலம் கழிந்து விட்டது. அந்த 1948ஆம் ஆண்டிலும் ஏப்ரல் மாதத்துக்குப் பிறகு மே பிறந்தது.

அரசியல் சிக்கல். நீ ஒரு மதம், நான் வேறு மதம், காந்திக் குல்லாவா? – குண்டாந்தடியால் நான்கு போடு, கம்யூனிஸ்டா? – சுட்டுத் தள்ளு என்றெல்லாம் இயற்கை பேதம் பாராட்டவில்லை. பார்க்கப்போனால் அந்த மே மாதம் மற்றெவ்வளவோ ஆண்டுகளைவிட விசேஷ அழகோடும் உற்சாகத்தோடும் விளங்கியது. சிகந்தராபாத் சாலையோரங் களிலும் பங்களாக்களிலும் வளர்ந்து உறுதியோடு நின்ற மேஃபிளவர் மரங்கள் இலை தெரியாமல் பூத்துக் குலுங்கின. தரையெல்லாம் முதிர்ந்தபூக்களாகப் பரப்பின. அணில்கள், பறவையினங்கள் காலைப் போதை உயிர்த் துடிப்புள்ளதாகச் செய்தன. காய்கறிக் கடைகளில் கூடைகள் நிரம்பிக் குவிந்திருந்தன. ஊரில் ஜனத்தொகை மிகவும் குறைந்திருந்த அந்த நாளில்கூடப் பகல் பன்னிரண்டு மணிக்கு சிகந்தராபாத் தினச் சந்தையாகிய மோண்டாவில் நல்ல கூட்டம் கூடிற்று.

எல்லாப் பரீட்சைகளும் நடந்து முடிந்தன. சென்னைப் பல்கலைக் கழகம் இறுதியாக நிஜாம் சமஸ்தானத்தில் நடத்திய கல்லூரிப் பரீட்சைகள் தடை ஏதுமில்லாமல் நிறைவேறின. நாங்கள் எல்லோரும் வெகுவாகப் பயந்துகொண்டிருந்த மறு பரீட்சை நடத்த உத்தரவிடப்படவில்லை. வினாத்தாள்

உண்மையாகவே வெளியானதா இல்லையா என்று தெரிய வில்லை. ஒரே பாட திட்டமும் ஒரே பாட புத்தகங்களும் நான்கைந்து ஆண்டுகளுக்குத் தொடர்ந்து அமலில் இருந்ததால் சற்றுக் கூர்மையானவர்கள் பரீட்சைக் கேள்விகளைச் சரியாகவே ஊகம் செய்யலாம். அந்த 1948ஆம் ஆண்டிலும் அப்படித்தான் நடந்திருக்க வேண்டும்.

நிஜாமுக்கும் இந்திய அரசுக்குமிடையே உறவுகள் மேலும் சீர்குலைந்து வந்தன. ஹைதராபாத் சமஸ்தான காங்கிரஸ் தலைவர்கள் பலர் சிறையில்தான் இருந்தார்கள். இந்திய அரசுடன் நிஜாம் செய்துகொண்ட தற்காலிக ஒப்பந்தத்தின் ஒரு நிபந்தனை அரசியல் கைதிகளை விடுவிப்பது பற்றி. சுவாமி ராமானந்த தீர்த் என்பவர் அப்போது ஹைதராபாத் காங்கிரசுக்குத் தலைவராக இருந்தார். அவரை விடுவிப்பது போல பாவனை செய்து, அதிகாரிகள் மீண்டும் அவரைச் சிறையில் போட்டுவிட்டார்கள்.

பரீட்சை முடிந்த கையோடு எனக்குத் தெரிந்த தமிழ் மாணவர்கள் அநேகமாக எல்லோரும் தமிழ்நாட்டுக்குப் போய் விட்டார்கள். எங்கள் வீட்டிலும் 'ஊருக்குப் போக' ஏற்பாடுகள் நடந்துகொண்டிருந்தன. மீண்டும் போலீஸ் பெர்மிட்டுக்கு மனு செய்தோம். இம்முறை மனுவில் இருந்த காரணம் நிஜமான காரணம். என் சொந்த சித்தப்பா பெண்ணுக்குக் கல்யாணம். இது நிச்சயம் செய்யப்பட்டுப் பத்திரிகைகூட அடித்தாகி விட்டது. அடுத்த மாதமோ அல்லது ஆவணியிலோ என் அக்கா ஒருத்திக்கும் கல்யாணம் நடக்க வேண்டும்.

போலீஸ் குமாஸ்தா என்னைக் கேட்டான்; "உன் சித்தப்பா மகள் கல்யாணத்திற்கு நீ ஏன் போக வேண்டும்?"

"எங்கள் குடும்பத்திலேயே ஒருத்தியைப் போன்றவள். நாங்கள் போகாமல் இருக்கக் கூடாது,"

"கல்யாணப் பத்திரிகை எங்கே? நீங்கள் எல்லோரும் ஏன் இங்கேயே கல்யாணத்தை நடத்தக் கூடாது?"

எனக்கு இதற்குப் பதில் சொல்லத் தெரியவில்லை. அவன், "உன் சித்தப்பா எந்த ஊரிலே வேலை செய்கிறார்?" என்று கேட்டான்.

"நிஜாமாபாத்."

"நிஜாமாபாத்தில் வேலை செய்துச் சம்பாதிக்க வேண்டும். செலவு மட்டும் எங்கேயோ போய்ச் செய்ய வேண்டும்! என்ன ஊர் அது?"

"எது?"

"உன் சித்தப்பா கல்யாணம் நடத்தப் போகிற ஊர்?"

"கோமல்."

"அப்படி என்றால்?"

"நானும் அங்குப் போனது கிடையாது. மெட்ராஸ் போய் இன்னொரு இரயிலில் ஏறிப்போக வேண்டும்".

"இல்லை, மூன்று."

"எப்படி?"

"மெட்ராஸ் போவதற்கே இரண்டு இரயில் ஏறிப்போக வேண்டும். பெஜவாடாவில் வேறு இரயில் ஏறவேண்டும்."

அவன் கேள்விகள் கேட்கக் கேட்கச் சூழ்நிலையின் தன்மை மேலும் மேலும் புதிராக மாறிக்கொண்டிருந்தது. இவ்வளவு கேள்விகள் கேட்டுவிட்டு 'கிடையாது' என்று சொல்லிவிடலாம். எல்லாக் கேள்விகளுக்கும் உடனுக்குடனே பதில் கிடைத்ததற்குச் சந்தோஷப்பட்டு 'சரி' என்றும் கூறிவிடலாம்.

அதுவரை நான் மட்டும் நின்றிருந்த அந்த ஜன்னலில் எனக்குப் பின்னால் இன்னும் மூன்று நான்கு பேர் வந்து நின்றார்கள். அந்த போலீஸ் குமாஸ்தா நான் கொண்டு சென்றிருந்த மனு, என் சித்தப்பாவின் கல்யாணப் பத்திரிகை இரண்டையும் மீண்டும் ஒரு முறை ஒரு வார்த்தை விடாமல் படித்தார். நான் அவர் முகத்தையே கண் கொட்டாமல் பார்த்துக் கொண்டிருந்தேன். என்னைப் பார்த்த அவருக்குச் சிரிப்பு வந்து விட்டது. நானும் சிரித்துவிட்டேன்.

நிஜாம் சமஸ்தானத்தில் அன்று என்னளவு மகிழ்ச்சி கொண்டவன் யாருமே இருந்திருக்க முடியாது.

❍

1948ஆம் ஆண்டில் நிஜாம் சமஸ்தானத்தின் அரசின் போக்கை அதிகம் ஆதரிக்காத ஒரு முஸ்லிம் கூறினார்: "எங்கோ ஊர் விட்டு ஊர் ஓடிவந்த இந்த காஸிம் ரஜ்வி என்னதான் அலட்டிக் கொள்கிறான்! இவன் கத்துகிறான் என்று இந்த அரசாங்கம் இப்படி ஓடி ஓடி சலாம் போடுகிறதே!"

ஊரில் தெரிந்தவர்கள் தெரியாதவர்கள் எல்லாரும் ரஜ்வி சாஹபுக்குச் சலாம் போட்டார்கள். ரஜ்விசாஹப் கூட்டிய ரஜாக்கர் படைக்குச் சலாம் போட்டார்கள். நிஜாம் அரசு

அதிகாரிகள் ரஜாக்கர்களுக்காகப் பல விதிமுறைகளைத் தளர்த்திக் கொடுத்தார்கள். ரஜ்வி இல்லாதிருந்தால் இந்திய சுதந்திரத்தையொட்டியே நிஜாம் சமஸ்தானமும் அநேக இதர சமஸ்தானங்கள்போல் இந்திய யூனியனுடன் சேர்ந்திருக்கக் கூடும்.

நிஜாமுக்கும் இந்திய அரசுக்கும் நடந்த கடிதப் போக்குவரத்தில், நிஜாமின் ஏப்ரல் 1948 கடிதம் மிக உருக்கமானதென்றால் பண்டித நேரு ஜூன் மாதம் எழுதிய செய்தி கண்ணியத்துக்கு எடுத்துக்காட்டாகும். தற்காலிக ஒப்பந்தத்தை நிஜாம் அரசு மீறிய பல சந்தர்ப்பங்களை நினைவுபடுத்தியதோடு இறுதியில் இதுவும் இருந்தது: "உங்களுடைய ரகசிய ஒப்புதலைப் பெற்றது போன்று உங்கள் சமஸ்தானத்தில் சில தடாலடிக் குழுக்கள் செங்கோட்டையில் அஸஃப்ஜா கொடியை ஏற்றுவோம் என்று பகிரங்கமாகக் கூறி வருகிறார்கள். இது நம் சுமுக உறவுக்கு எப்படித் துணைபோகும் என்று கூற முடியவில்லை."

ரஜ்வி சில மாதங்களாகவே கூறி வந்தது இதுதான். "இன்னும் வெகுதூரத்திலில்லை அந்த நாள்! அது விரைவில் வரப் போகிறது! வரத்தான் போகிறது! நமது நிஜாமின் பாதங்களை அரபிக் கடலும் வங்கக்கடலும் கழுவப்போகின்றன. நிஜாமின் கொடி டில்லி செங்கோட்டையில் படபடக்கப் போகிறது!"

ரஜ்வியின் ஆரூடங்கள் தீவிரமாக வெளிவந்து கொண்டிருந்த அந்த ஜூன் மாதத்தில் நாங்கள் நிஜாம் சமஸ்தானத்தை விட்டு வெளியேறிக்கொண்டிருந்தோம். தற்காலிகமாகத்தான். எப்படியும் ஓரிரு மாதத்தில் திரும்பி வந்துவிட வேண்டும். அதற்குள் நிஜாம்–இந்திய அரசுப் பிரச்சினை தீர்ந்துவிட்டால் எவ்வளவு நன்றாக இருக்கும்?

முன்பெல்லாம் நாங்கள் இரவில்தான் சிகந்தராபாத்தில் ரயிலேறுவோம். அடுத்த நாள் காலை (இன்றைய விஜயவாடா வாகிய) பெஜவாடாவில் இரயில் மாறி, அன்று மாலை சென்னையடைவோம். இந்த முறை இரவு இரயில் பயணத்துக்கு யாருக்கும் தைரியம் கிடையாது! போலீஸ், மிலிட்டரி, ரஜாக்கர்கள் இவ்வளவு பயமுறுத்தலோடு இன்னொன்றும் சேர்ந்துகொண்டது. அது கம்யூனிஸ்டுகள். அவர்கள் நேரடியாகவே நிஜாம் போலீஸோடு மோதினார்கள். பல இடங்களில் அவர்களுடைய செல்வாக்கு போலீஸே ஒதுங்கிப் போய்விடும்படியாக இருந்தது. இரயில்கள் விஷயத்தில் கம்யூனிஸ்டுகளோடு பெரிய சிக்கல் ஏதும் ஏற்படவில்லை.

ஆனால் பரவலாகக் கிலியும் சந்தேகமும் நிலவி வரும்போது எப்போது, எது நடக்கும் என்று நிச்சயமாகக் கூற முடியுமா?

எனக்கு இந்த ஜூன் மாதத்தில் சிகந்தராபாத்தை விட்டுப் போவதில் சம்மதம் கிடையாது. ஜூன் மாத மழை மிகவும் மகிழ்ச்சியளிக்கக்கூடியது. இரண்டு மூன்று மாதம் கடும் கோடைக்குப் பிறகு ஜூன் முதல் வாரத்தில் முதல் மழைக்குப் பிறகு பூமியிலிருந்து கம்மென்று மணம் எழும். ஐந்தாறு மழைக்கு இந்த மணம் இருக்கும். அதன் பிறகு வெறும் சேறுதான் மிஞ்சும்.

மழையுடன் பள்ளி-கல்லூரியும் துவங்கும் மாதம் ஜூன்தான். அங்கெல்லாம் பள்ளி திறக்கும் முதல் நாளன்று கட்டாயம் போயாக வேண்டும். அன்று ஆஜர் பட்டியலில் குறியிடப்படாதவர்கள் பெயர்கள் உடனே அடிக்கப்பட்டுவிடும். இப்படி ஒரு முறை எனக்கு நேர்ந்து நான் மீண்டும் பள்ளியில் சேருவது வீட்டில் உள்ளோர் அனைவருக்கும் பெரிய பிரச்சினையாகப் போய்விட்டது. அதே நேரத்தில் இந்த ஜூன் மாதத்தில் பள்ளிகள், கல்லூரிகள் முறையாகத் திறக்குமா என்ற சந்தேகமும் ஒரு மூலையில் முணுமுணுத்தது. இம்முறை சென்னையில் காலடி வைக்கும்போதே ஒரு புதிய உற்சாகம். இதற்கு முன்னர் நான் சென்னைக்கு வந்தபோதெல்லாம் அது பிரிட்டிஷ் அரசின் ஒரு கேந்திரம். இன்று சுதந்திர இந்தியாவின் தலைநகரங்களில் ஒன்று.

எனக்குச் சென்னையில் எதைப் பார்த்தாலும் சுதந்திரத்தின் சின்னமாகத் தெரிந்தது. உண்மையில் அந்த ஏழெட்டு மாதங்களில் பெரிய மாறுதல் ஏதும் ஏற்பட்டு விடவில்லை. அதே ரிக்ஷா, அதே ஜட்கா, அதே டிராம், அதே எலெக்டிரிக் இரயில், ரிப்பன் கட்டடத்தில் மூவர்ணக் கொடி வீசிக்கொண்டிருந்தது. ஆனால் அதே அதிகாரிகள், அதே ஊழியர்கள், அரசின் தன்மையில் என்ன மாறுதல் வந்துவிடப்போகிறது?

சென்னையிலும் இன்னும், நான் சென்ற இதர இடங்களிலும் நிஜாம் பற்றிப் பரிச்சயமும் கிடையாது. புதுத்தகவலும் கிடையாது. இந்தியப் பத்திரிகைகளில் என்றோ ஒரு நாள் எங்கோ ஒரு மூலையில் ஹைதராபாத் பற்றி ஒரு செய்தி வரும். நாங்கள் ஹைதராபாத்திலே இருந்தபோது ஒவ்வொரு நிமிடமும் ஒரு மகத்தான உலகச் செய்தியாகத் தோன்றிற்று. ஆனால் இங்கு இவர்களுக்கு ஹைதராபாத்தும் அந்த மக்களும் ஒரு பொருட்டே இல்லை.

எங்கள் சித்தப்பாவின் பெண் கல்யாணம் நடந்து முடிந்தது. எனக்கு போலீஸ் கிளார்க் கேட்ட கேள்வி திரும்பத் திரும்ப

நினைவுக்கு வந்தது. “நீங்கள் சம்பாதிக்க இங்கு வருகிறீர்கள். உங்கள் கல்யாணங்களையும் செலவினங்களையும் மட்டும் உங்கள் ஊரிலேயே வைத்துக்கொள்கிறீர்கள்!” எங்களுக்கு ஏன் சிகந்தராபாத்தும் ஹைதராபாத்தும் எங்கள் ஊராகத் தோன்றவில்லை? ஏன் மாயவரத்தையும் மதுரையையும் நோக்கி ஏங்குகிறோம்?

நான் சிகந்தராபாத் திரும்பும் நாளை ஆவலோடு எதிர்பார்த்துக்கொண்டிருந்தேன்.

❍

பஸ்ஸில் கூட்டம் அதிகமில்லை. ஐந்தாறு ‘சீட்க’ள் காலியாக இருந்தன. பயணம் செய்துகொண்டிருந்த இருபத்தைந்து முப்பது பேர்களும் மிகவும் அமைதியாக இருந்தார்கள். ஆனால் பஸ் பெரிதாகச் சத்தம் போட்டுக்கொண்டும் ஏகமாகப் புகை கிளப்பிக்கொண்டும் போய்க்கொண்டிருந்தது. புகை வழக்கமான பஸ் அல்லது மோட்டார் வண்டிப்புகை இல்லை. ஒரு சமையல்கூடமே பஸ் உருவில் தெருவில் சென்றுகொண்டிருந்த மாதிரி இருந்தது. சில நாட்களாகவே ஹைதராபாத்–சிகந்தராபாத் பஸ்கள் பஜ்ஜியும் பகோடாவும் வறுபடும் மணத்துடன்தான் ஓடிக் கொண்டிருக்கின்றன. டீசல் எண்ணெய் இந்தியாவிலிருந்து வருவது தடைப்பட்டதில் கடலை எண்ணெயில் அவை ஓடிக் கொண்டிருக்கின்றன. கடலை எண்ணெயில் பஸ் ஓட்டிக் கட்டுப்படியாகுமா? அதனால் பஸ் கட்டணங்கள் இரட்டிக்கப்பட்டுவிட்டன. பொதுவாகவே பஸ் பயணிகள் சில மாதங்களாக மிகக் குறைவு. நகரத்தில் ஏராளமான குடும்பங்கள் நிஜாம் சமஸ்தானத்தை விட்டு வெளியேறியாகி விட்டாயிற்று. இருப்பவர்களில் பெரும்பான்மையினர் சைக்கிள் பயன்படுத்துபவர்கள். பெண்கள், மிக வயதானவர்கள், சைக்கிளே விடத் தெரியாதவர்கள் தாம் இரட்டிப்பு பஸ் கட்டணம் கொடுத்துப் பயணம் செய்ய வேண்டும். அவர்களிடம் ஒருவருடன் ஒருவர் பேசிக்கொள்ளும் உற்சாகம் அந்த 1948ஆம் ஆண்டு ஜூலை மாதத்தில் நிலவ நியாயமில்லை.

ஐந்தடி உயரம்கூட இருக்க முடியாத, வற்றலான உடலமைப்புகொண்ட ஒரு பயணி திடீரென்று பஸ்ஸில் எழுந்து நிற்கிறார். “ரோக்கோ! ரோக்கோ!” என்று கத்துகிறார். பஸ் சிறிது தூரம் சென்று நின்று விடுகிறது.

கண்டக்டரான இளைஞன் அந்தப் பயணியிடம் செல்கிறான்.

பயணி கோபம் பொங்கி வழிய கண்டக்டரிடம் கத்துகிறார். (அவர் வயது ஐம்பதிலிருந்து எழுபதுக்குள் இருக்கும்.) "உன் புத்தி கெட்டுவிட்டதா? நீ யாரென்று நினைத்துக்கொண்டிருக்கிறாய்?"

கண்டக்டருக்குக் கண்கள் சிவக்கின்றன. ஆனால் தன்னை அடக்கிக்கொள்கிறான். "என்ன ஆயிற்று?"

"நான் எங்கே இறங்க வேண்டும்?"

"எனக்குத் தெரியாது. ஐயா, தாங்கள் எந்த இடத்திற்கு டிக்கெட் வாங்கினீர்கள்?"

"நீதானே டிக்கெட் கிழித்துக் கொடுத்தாய்? மரியாதை இல்லாமல் தெரியாது என்கிறாயே?"

"சரி, எங்கே இறக்க வேண்டும்?"

"மறுபடியும் என்னையே கேட்கிறாயே, மரியாதை கெட்ட பத்மாஷ்!"

கண்டக்டர் இன்னும் தழைந்துபோனான். "என்னை மன்னித்துவிடுங்கள். இவ்வளவு பேருக்கு டிக்கெட் கொடுத்ததில் எனக்கு மறந்துவிட்டது."

"பஸ்ஸைத் திருப்பு. என்னை பஷீர்பாகில் கொண்டு போய் இறக்கிவிடு!"

"அது எப்படி முடியும் ஐயா? இப்போது தோமல்ருடா வந்துவிட்டோம். தாங்கள் பஸ்ஸிலேயே அமர்ந்திருங்கள். சிகந்திராபாத் போய்த் திரும்பும்போது நான் பஷீர்பாகில் இறக்கி விடுகிறேன்."

"என்னை என்னவென்று நினைத்துக்கொண்டு இருக்கிறாயடா, பத்மாஷ்? நான் ரோஸா (ரம்ஜான் உபவாசம்) வில் இருக்கிறேன். என்னை இன்னும் ஒரு மணி நேரம் இந்த பஸ்ஸில் ஊரைச் சுற்றச் சொல்கிறாயா?"

கண்டக்டர் டிரைவரிடம் போய்த் தணிந்த குரலில் பேசினான். அந்தத் தெருவில் நான்கு முறை ரிவர்ஸ்கியரில் போட்டு டிரைவர் பஸ்ஸைத் திருப்பினான். எந்தப் பயணியும் ஒரு வார்த்தை பேசவில்லை. பஸ் பஷீர்பாக் போய் நின்றது. கண்டக்டர் அந்தச் சண்டைக்காரப் பயணியிடம் சென்றான். அந்தப் பயணி தூங்கிக் கொண்டிருந்தார்.

கண்டக்டரும் அருகிலிருந்த இன்னொரு பயணியும் அவரை மெதுவாகத் தட்டி எழுப்பினார்கள். "பஷீர்பாக் வந்துவிட்டது, ஐயா."

அந்தப் பயணிக்கு ஒரு நிமிடம் தேவைப்பட்டது, தூக்கக் கலக்கத்திலிருந்து மீண்டு யதார்த்தத்தை உணர.

பஸ் மீண்டும் நான்கைந்து முறை ரிவர்ஸ் கியரைப் பயன்படுத்தி, திசை திரும்பி, அது முறையாகச் செல்ல வேண்டிய திசையில் போக ஆரம்பித்தது.

ரம்ஜான் மாதத்தில் கல்லூரி, பள்ளிகளெல்லாம் காலை ஒரு வேளைதான். நிஜாம் அரசுக் காரியாலயங்களும் ஒரு மணிக்கு மேல் திறந்திருக்காது. இந்த 1948ஆம் ஆண்டு ரம்ஜான் யார் யாரையோ விசித்திரமாக நடந்துகொள்ளச் செய்திருந்தது. அந்த பஸ்ஸில் நானும் இருந்தேன். கண்டக்டரை மிரட்டிய அந்த ஒரு பயணியைத் தவிர மீதமுள்ளவர்கள் அனைவரும் முஸ்லிம்கள் அல்ல. இரண்டு மூன்று முஸ்லிம்காரர்கள், இரண்டு மூன்று கிறிஸ்தவர்கள். எல்லாருமே அந்தப் பயணிக்குப் பணிந்து போனார்கள்.

அந்தப் பயணியே இதர காரியங்களில் எல்லோருடனும் மிகவும் அனுசரணையாகப் போகும் சுபாவம் கொண்டவராக இருப்பார். ஆனால் அன்று அவர் தூங்கிப் போய்த் தான் இறங்க வேண்டிய இடத்தைத் தவற விட்டதற்கு யார் மீதோ குற்றம் சாட்டி அவன் அதை ஏற்றுக்கொள்ளும்படியும் செய்துவிட்டார்!

இதெல்லாம்கூட வெகு விரைவிலேயே வீசவிருந்த ஒரு சூறாவளிக்குச் சூசகமாக இன்று தோன்றுகிறது.

❍

“மேன்மை தங்கிய நிஜாம் அவர்கள் இனியும் தாமதிக்கலாகாது. நான் தங்கள்பால் கொண்டுள்ள நன்றியுணர்ச்சி என்னை இதைக் கூறத் தூண்டுகிறது. உடனே மவுண்ட் பாட்டன் பிரபுவை ஹைதராபாத்துக்கு வரும்படி அழையுங்கள். இந்திய அரசு கூறும், ‘ஆக்செஷன்’ மற்றும் ‘பொறுப்பான ஆட்சி’ நியாயமற்றது அல்ல. தாங்கள் இக்கோரிக்கைகளை உடனே ஏற்று இன்றைய நெருக்கடி நிலைமையை என்றென்றைக்குமாகத் தீர்த்துக் கொள்ள வேண்டும்.”

இந்திய சமஸ்தானங்களுக்கு வாய்த்த திவான்களில் மிகச் சிறப்பானவர் என்ற பெயர் பெற்ற சர் மிர்ஜா இஸ்மெயில் இப்படி ஒரு கடிதம் நிஜாமுக்கு எழுதினார். இந்திய சுதந்திரத்துக்குச் சில மாதங்கள் முன்பு அவர் நிஜாமுக்கும் திவானாக இருந்திருக்கிறார். ஆனால் அவரைச் சில உள்ளூர்சக்திகள் ஹைதராபாத்தை விட்டு வெளியேறச் செய்துவிட்டன. மிர்ஜா இஸ்மெயிலுக்கு அடுத்தபடியாக சட்டாரி நவாபு என்பவர் திவானானார். அவரை அதே சக்திகள் ஊரைவிட்டு ஓடிப்போகச்

செய்துவிட்டன. அதன்பிறகு லெயிக் அலி. இவருக்கும் அந்தச் சக்திகளுக்கும், முக்கியமாக ரஜாக்கர் தலைவர் காசிம் ரஜ்விக்கும் தான் எவ்வளவு இணக்கம்! மைசூர் சமஸ்தானம் மிர்ஜா இஸ்மெயிலைத் திவானாக நீண்டகாலம் பெற்று எவ்வளவோ மேன்மையுற்றது. இன்னும் மிர்ஜா இஸ்மெயிலை நினைவுறுத்த மைசூர் எங்கும் சின்னங்கள் உள்ளன. ஹைதராபாத் மிர்ஜா இஸ்மெயிலை நினைவுபடுத்திக்கொள்ள இந்த ஒரு கடிதம்தான்!

ஆகஸ்டு 1948இல் நிஜாம் சமஸ்தானத்தில் வாழ்க்கையின் எல்லாப் பிரிவுகளும் நிஜாமுக்கும் இந்திய அரசுக்கும் அன்றிருந்த உறவின் தன்மையைக் காட்டுவதாக இருந்தன. ஊரை விட்டுப் போய்விடக் கூடியவர்கள் போய்விட்டார்கள். இருந்தவர்கள் எந்நேரமும் என்ன நடக்குமோ என்ற திகிலில் இருந்தார்கள்.

நிஜாம் சுதந்திர அரசனாக இருக்கலாம் என்று தூண்டி விட்டுக் கொண்டிருந்தவர்கள் மிக உற்சாகமாக இருந்தார்கள். பெரிய படை திரட்டலாம் என்றார்கள். புதிய மொகலாய அரசு ஒன்றை நிர்மாணிக்கலாம் என்றார்கள். நிஜாம், உலக நாடுகளுக்குத் தூதுவர்கள் அனுப்ப வேண்டும் என்றார்கள். பாகிஸ்தானுக்கு ஒருவரை அனுப்பியாகி விட்டாயிற்று. அடுத்த தூதரை (அன்று) அமெரிக்காவில் லேக் சக்ஸஸ் என்னுமிடத்தில் செயல் பட்ட ஐக்கிய நாடுகள் சபைக்கு அனுப்பினால் என்ன?

ஆகஸ்டு 1948இல் இந்திய அரசைச் சற்று அளவுக்கு அதிகமாகவே சீண்டிவிட்ட செயல் லெயிக் அலி ஐக்கிய நாட்டு சபையில் நிஜாமுக்கு ஆதரவு தேட முற்பட்டதுதான். அந்நாள் காஷ்மீர் பெரும் பிரச்சினையாக மாறிவிட்ட காலம். மேற்கு வங்காளத்திலும் பஞ்சாபிலும் டில்லியிலும் லட்சக்கணக்கில் அகதிகள் குவிந்து பெரிய நெருக்கடியுண்டாகியிருந்த காலம். ஹைதராபாத் ஒரு பிரச்சினையாயிருந்தாலும் சற்றுப் பொறுத்து முனையலாம் என்றிருந்த நிலைமை மீர் லெயிக் அலியுடைய செயலால் தீவிரப்பட்டுவிட்டது. இனியும் நிஜாம் விஷயத்தில் தாமதிக்க முடியாது!

மிர்ஜா இஸ்மெயில் தலையீடு வெற்றி பெற்றிருந்தால் நிஜாம் சமஸ்தானத்தில் இந்திய இராணுவம் புகுந்திருக்க வேண்டிய அவசியம் இருந்திருக்காது. நிஜாமுடைய நிலையே கௌரவத்துக்குரியதாக நீண்டிருக்கும். ஆனால் நிஜாம் அவருடைய விதியைத்தானே பூர்த்தி செய்ய முடியும்? அது அந்த நேரத்தில் சுமுகமாக இல்லை.

கவர்னர் ஜெனரல் மவுண்ட் பாட்டன் ஹைதராபாத் வரவில்லை. நிஜாம் மிர்ஜா இஸ்மெயிலாவது வந்து போக

வேண்டும் என்று அழைப்பு விடுத்தார். மிர்ஜா இஸ்மெயில் நிஜாம் சார்பில் டில்லி சென்று வல்லபாய் பட்டேலைச் சந்தித்தார். இது நிஜாமின் திவான் லெயிக் அலிக்குச் சற்றும் பிடிக்கவில்லை. இவர் யார் மிர்ஜா இஸ்மெயில் நிஜாமுக்கு ஆலோசனை தருவது? மிர்ஜா இஸ்மெயில் அதன் பிறகு நிஜாம் விஷயத்தில் தலையிட்டுக்கொள்ளவில்லை. நிஜாம் ராஜாஜிக்குத் தந்தி அடித்தார். "தயவு செய்து சுமுகமான முடிவு ஏற்பட வழி செய்யுங்கள்". ராஜாஜி அப்போது கவர்னர் ஜெனரலாகியிருந்தார்.

ராஜாஜி ஆகஸ்டு 31ஆம் தேதி தந்த பதிலில் முதலில் நிஜாம் தனது சமஸ்தானத்தில் அமைதி நிலவச் செய்த பிறகு இதர கோரிக்கைகளை முன்வைக்க வேண்டும் என்றார். "எல்லாச் செய்திகளுமே சற்று மிகைப்படுத்தப்பட்டனவே என்று ஒப்புக் கொண்டாலும், உண்மை நிலை சற்றுக் கவலைக்கிடமாகத் தான் இருக்கிறது. பொதுமக்கள் இவ்வளவு பீதியிலும் பயத்திலும் வாழ வேண்டிய அவசியமென்ன? நீங்கள்தான் இதைத் தீர்க்க வேண்டும். முதலில் இந்த ரஜாக்கர் படைகளுக்கு ஒரு முடிவு கட்டுங்கள்."

துரதிர்ஷ்டவசமாக நிஜாமால் இதைச் செய்ய முடிய வில்லை. மாறாக நிஜாம் சமஸ்தானத்தில் பகிரங்கமாகவும் தன்னிச்சையாகவும் ரஜாக்கர்கள் செயல்பட அனுமதிக்கப் பட்டனர். தீர்க்க தரிசனமற்ற தலைமையின் கீழ் அப்படை வெறும் குண்டர் படைக்கு ஒப்பாக மாறியது.

ஆகஸ்டு 22ஆம் தேதி ஹைதராபாத் நகரமே துணுக் குற்றது. நிஜாமை நிதானம் கடைபிடிக்கச் சொன்ன இளம் பத்திரிகையாளர் ஷொயபுல்லாகான் நட்ட நடுத் தெருவில் சுட்டுக் கொல்லப்பட்டார். அவர் இறந்தால் போதுமா, நிஜாமுக்குச் சமாதான யோசனை தெரிவித்து எழுதிய அந்தக் கைகளை விட்டு வைக்கலாமா? நடுத் தெருவில் அவருடைய இரு கைகளும் துண்டிக்கப்பட்டு வீசி எறியப்பட்டன!

ஔரங்கசீப் 1707இல் மறைந்தபோது மொகலாயப் பேரரசின் ஒரு பகுதியாக இருந்த தக்காணம் அஸஃப்ஜா என்ற சுபேதார் பொறுப்பில் விடப்பட்டிருந்தது. மொகலாயர் செல்வாக்கும் வலுவும் மங்கத் தொடங்கிய அந்த ஆண்டுகள் அஸஃப்ஜா போன்றோருக்குப் புது எண்ணங்களைத் தோற்றுவித்தன. அஸஃப்ஜா 1724இல் நிஜாமாக, ஒரு சுதந்திர அரசனாகத் தன்னைப் பிரகடனப்படுத்திக்கொண்டார்.

முடிசூட்டு விழா கோலாகலமாக நடந்திருக்க வேண்டும். ஆனால் அஸஃப்ஜா மாளிகை முன்பு கையேந்தி நின்ற அந்தப்

பிச்சைக்காரனுக்கு ஒரு கொத்து பழைய ரொட்டிகள் தாம் வீசி எறியப்பட்டன. அவர் உண்மையில் ஒரு சூஃபி யோகி. அவர் அந்தக் கொத்தில் இருந்த ரொட்டிகளை எண்ணினார். பூஞ்சைக்காளான் பூத்த அந்த ரொட்டிகள் ஏழு இருந்தன. "அப்பா, புது ராசாவே! உன் வம்சமும் இந்த ரொட்டிகள் மாதிரி ஏழோடு முடிந்துவிடும்."

செப்டம்பர் 1948இல் இந்திய அரசோடும் பெரும்பான்மை மக்களோடும் துவேஷம் கொண்டிருந்த நிஜாம் ஆட்சியில் ஒரு சிலராவது அந்த சூஃபி யோகியின் கூற்றை நினைவுபடுத்திக் கொண்டிருக்க வேண்டும். அப்போது ஆட்சி புரிந்து கொண்டிருந்த உஸ்மான் அலிகான்தான் ஏழாவது நிஜாம்!

உஸ்மான் அலிகான் தன்னுடைய இருபத்தைந்தாவது வயதில், 1911இல் பட்டத்துக்கு வந்தாயிற்று. சில முன்னேற்றத் திட்டங்கள் அவருடைய ஆட்சியில் நிறை வேற்றப்பட்டன. மெடக்உஸ்மான் சாகர் அணைக்கட்டுகள், நிஜாம் சர்க்கரை ஆலை, பல்கலைக்கழகம், புதிய துணி ஆலைகள், இரயில், அரசாக நடத்திய பயணிகள் பஸ் போக்குவரத்து, புதிய சாலைகள், ஹைதராபாத் நகரத்தில் சிமெண்ட் சாலைகள். . . ஆனால் இவையெல்லாம் சுமார் இலட்சம் சதுர மைல் பரப்பில் வசித்து வந்த ஒன்றரைக் கோடி மக்களில் பெரும்பான்மையோர் பரம ஏழைகளாக இருப்பதை மாற்ற முடியவில்லை. இந்த ஏழைமைக்கு மதம், சாதி என்று பாகுபாடு கிடையாது. நிஜாம் அரசு முஸ்லிம் அரசு என்று பெயர். ஆனால் பரம ஏழைகளில் பெரும்பான்மையோர் முஸ்லீம்கள்: ஹைதராபாத் நகரத்திலேயே பிச்சையெடுத்துப் பிழைப்பவர்களில் பெரும் பகுதியினர் முஸ்லீம்கள் தாம்.

செப்டம்பர் 1948இல் நிஜாம் சமஸ்தானத்தில் இரயில்கள் பாதி வழியில் நிறுத்தித் திருப்பி அனுப்பப்பட்டன. இந்தியாவோடு இருந்த கடைசித் தொடர்பும் துண்டிக்கப்பட்டு விட்டது.

செப்டம்பர் 13ஆம் தேதி இந்தியத் துருப்புகள் நிஜாம் சமஸ்தானத்தில் மூன்று திசைகளிலிருந்தும் பிரவேசித்தன. ஓராண்டுக்கால வதந்திகள் உண்மையாயிருந்தால் நிஜாமின் படைகள் இந்தியப் படைகளை முறியடித்துக் கடலில் தள்ளியிருக்க வேண்டும். ஆனால் ஓரிடத்திலும் கடுமையான போர் என்று நடக்கவில்லை. நவீன யுத்த முறைகளை அறியாத ரஜாக்கர்கள் தேவையில்லாமல் வீழ்ந்தார்கள்! ஐந்து நாட்களில் இந்தியத் துருப்புகள் ஹைதராபாத் நகரத்தில் அடியெடுத்து வைத்தன. ஒரு சுதந்திர அரசனாக உலகில் உலவிவர முடியும்

என்று நிஜாமுக்குப் போதனையூட்டி வந்தவர்கள் கையை விரித்துவிட்டார்கள். நிஜாமின் ஆணைகள் அதுவரை அவருடைய அமைச்சர்கள் அல்லது பிரதிநிதிகள் மூலம்தான் வெளி உலகத்துக்குத் தெரிவிக்கப்படும். ஆனால் அவருடைய மிக நீண்ட ஆட்சியில் முதல் தடவையாக அவரே நேரடியாக அவருடைய செய்தியை வெளிப்படுத்தினார். அரச கட்டளைக்கு 'ஃபர்மான்' என்பார்கள். நிஜாமுடைய ஃபர்மான் ரேடியோவில் பிரகடனப்படுத்தப்பட்டது.

இந்தியாவின் 'போலீஸ் ஆக்ஷன்' பொதுவாக வரவேற்கப் பட்டாலும் தெலுங்கானா பகுதியில் செயல்பட்டு வந்த புரட்சியாளர்களுக்கு ஓர் இடைஞ்சலாக இருந்தது. ஹைதராபாத் போலீஸ் படையில் நெருக்கடி. பொதுமக்கள் அல்லது புது அதிகாரிகள் பழி வாங்கக் கூடும் என்று 1500 போலீஸ்காரர்கள் ஓடிவிட்டார்கள். போலீஸ் கொடுமைகள் தெலுங்கானா பகுதிகளில் சற்று அதிகமாகவே இருந்திருக்கின்றன. நிஜாம் பணிவதற்கு முன்பு சிறையில் இருந்த அரசியல் கைதிகளைக் கொன்று தீர்ப்பதற்கு ஒரு திட்டம் இருந்திருக்கிறது. ஆனால் ஜெயில் அதிகாரியாயிருந்த சையது முகமது ஹசன் இத்தகைய திட்டத்தை எதிர்பார்த்து அது நிறைவேற முடியாமல் தடுத்தார்.

ரஜாக்கர்கள் தலைவன் ரஜ்வி, நிஜாமின் பிரதம மந்திரி லெயிக் அலி போன்றவர்கள் காவலில் வைக்கப்பட்டனர். லெயிக் அலியை நிஜாம் தனது மந்திரியாக அமர்த்திக் கொள்ளாமலிருந்திருந்தால் எப்போதோ சுமுகமாகச் சிக்கல் தீர்ந்துவிட்டிருக்கும். ஆதலால் லெயிக் அலியைத்தான் குற்றவாளிகளுள் மிகவும் கடுமையாகக் காவல் காத்திருக்க வேண்டும். ஆனால் நிஜாம் அரசு இந்திய ராணுவ ஆட்சியில் இருக்கும்போதே லெயிக் அலி எல்லோருடைய கண்ணிலும் மண்ணைத் தூவிவிட்டுத் தன் குடும்பத்தோடும் ஏராளமான பொக்கிஷங்களோடும் பாகிஸ்தானுக்கு ஓடி விட்டான்!

சூஃபி யோகியின் சாபம் பலித்துவிட்டது. 1956லிருந்து ஹைதராபாத் மாநிலம் அல்லது சமஸ்தானம் என்று ஏதும் மிச்சமிருக்கவில்லை. நிஜாமின் ஆட்சிக்குட்பட்டிருந்த நாடு மூன்று பகுதிகளாக்கப்பட்டு மகாராஷ்டிரம், ஆந்திரா, கர்நாடக மாநிலங்களோடு இணைக்கப்பட்டுவிட்டது.

***அமுதசுரபி*, 1986–87**

மரணச் சக்கிரம்

சென்னை சேத்துப்பட்டு மெக்நிகல் சாலை இரயில் பாதையைக் கடக்கிறது. எவ்வளவோ ஆண்டுகளாக அங்கு லெவல் கிராசிங்தான் இருந்தது. முப்பதாண்டுகளுக்கு முன்பு லெவல் கிராசிங்கை எடுத்துவிட்டு ஒரு மேம்பாலம் கட்டினார்கள். மெக்நிகல் சாலையோடு அங்கு பக்கத்திலிருந்த இன்னும் சில வீதிகளின் முக்கியத்துவம் அதனால் போய்விட்டது. அந்தப் பிரதேசமே உருத்தெரியாமல் போய்விட்டது.

தி. நகர் துரைசாமி சாலையிலும் லெவல் கிராசிங்குக்குப் பதிலாகச் சுரங்கப் பாதை அமைத்தார்கள். தமிழ்நாட்டில் காங்கிரஸ் ஆட்சியின் கடைசி அடிக்கல் நாட்டுவிழா இதற்குத் தான் நடந்தது. சில நாட்களுக்குப் பின்வந்த 1967 பொதுத் தேர்தலில் அடிக்கல் நாட்டிய பக்தவத்சலம், அந்தக் கட்சித் தலைவர் காமராஜ் இன்னும் பலருடைய தலைகள் உருண்டன. ஆனால் அடிக்கல் நாட்டாத பூவராகன் என்பவர் மட்டும் வெற்றி பெற்று வந்தார். துரைசாமி சாலை சுரங்கப்பாதை வந்தபின் அந்தச் சாலையின் போக்குவரத்தின் தன்மையே மாறிவிட்டது. சில புதுக் குடியிருப்புகள் பெருமைக்குரியதாக மாறின. பழைய மாம்பலமே திடீரென்று முக்கியமான தொரு பேட்டையாக மாறியது. புரோகிதர்கள், காய்கறிக்கடை, யானைக்கால் ஆகியவற்றுக்காகப் பெயர்போன அந்த இடம் நிறைய வங்கிகள், பள்ளிக்கூடங்கள், கல்யாணக் கூடங்கள் கொண்ட

பகுதியாக மாறிற்று. முன்பு பழைய மாம்பலத்திற்கு வண்டி ஏதும் வராது. இப்போது பழைய மாம்பலத்திலிருந்து சென்னையில் எந்த இடத்துக்கும் பஸ் பிடித்துப் போகலாம்.

இப்படித்தான் மாறுதல்கள் நடந்தவண்ணம் இருக்கின்றன. நம் வாழ்க்கை முறையை இந்தப் புறமாறுதல்கள் பாதிக்கின்றன. அதனால் நாம், நம் சொந்த விஷயங்களில் சிறிதும் பெரிதுமான மாற்றங்களைச் செய்துகொள்கிறோம். சிலவற்றுக்குக் காரணம் வெளிப்படையாகத் தெரிகிறது. பல, நம் கவனத்தை மீறிப் போய்விடுகின்றன.

ஒரு பெரிய மாறுதல், நம் பிரக்ஞையில் தூரம் என்னும் தத்துவம் பதிந்திருக்கும் விதத்தில் ஒரு பெரிய மாறுதல் ஏற்பட்டிருக்கிறது.

சில ஆண்டுகளுக்கு முன்பு வரை ஒரு சிறிய ரயில் நிலையத்தில் இறங்கி அருகிலிருக்கும் கிராமத்திற்கு வழி விசாரித்தால் வழி காலால் நடந்து போகும்படியாகத்தான் கூறப்படும். அதிகம் போனால் கட்டை வண்டி. இப்போது மிகச் சிறிய தூரமானாலும், யாரை விசாரித்தாலும் தூரம் எவ்வளவு என்பதற்குப் பதிலாக எங்கு பஸ் பிடித்துப் போகலாம் என்பதுதான் பதிலாக வருகிறது. சிறிய ஊர்களிலேயே ஓரிடத்திலிருந்து இன்னோரிடத்திற்குப் போவதற்கு பஸ் அல்லது ரிக்ஷா சார்ந்ததாகத்தான் வழி சொல்கிறார்கள். பத்து நிமிடத்தில் நீங்கள் நடந்து விடலாம். ஆனால் அரை மணிநேரம் பஸ்ஸுக்குக் காத்திருந்து அதில் ஏறிப் போவதுதான் தெரியப்படுத்தப்படுகிறது.

கால்களின் விஸ்தரிப்பே சக்கிரங்கள் என்கிறார்கள். மேலைய நாடுகளில் பல சந்தர்ப்பங்களில் ஐந்து நிமிட தூரம், பதினைந்து நிமிட தூரம் என்று விவரிக்கப்பட்ட போது எனக்கு நடந்து போவதுதான் மனதில் தோன்றியது. ஆனால் ஐந்து நிமிட தூரம் என்று அவர்கள் கூறியது மணிக்கு 80 கிலோ மீட்டர் வேகத்தில் ஒரு காரில் ஐந்து நிமிடங்களில் செல்லும் தூரம். உங்களிடம் கார் கிடையாது என்றால் அவர்களால் உங்களுக்கு வழியே சொல்ல முடியாது.

‘இரு சக்கிரவண்டி’ என்பதும் இந்த இருபது முப்பது ஆண்டுகளில் விசையால் செலுத்தப்படும் இரு சக்கிர வண்டி மட்டுமே என்றாகிவிட்டது. சைக்கிள் இரு சக்கிர வண்டிப் பிரிவில் சேர்க்கப்படுவதில்லை. இந்த மோட்டார் சைக்கிளில்தான் எவ்வளவு மாறுதல்கள்? நான் முதலில் அறிந்த ‘இரு சக்கிர வண்டிகள்’ மோட்டார் சைக்கிள்கள். எந்த ஊரிலும் இந்த மோட்டார் சைக்கிள்களைக் கை விரலில் எண்ணி விடலாம். இவை தெருவில் போகும்போது வீடுகள் அதிரும்.

இந்த மோட்டார் சைக்கிள்கள் வைத்திருப்பவர்கள் வாட்ட சாட்டமான உடல்வாகு கொண்டவர்களாக இருப்பார்கள். அநேகமாக எல்லாரும் பெரிய மீசை வைத்திருப்பார்கள். இந்த மீசைக்கு 'ஹாண்டில் பார்' மீசை என்றுதான் பெயர். இவர்கள் எல்லாரும் அநேகமாக 'சிசர்ஸ்' சிகரெட் குடிப்பவர்களாக இருப்பார்கள். குடிக்கவும் குடிப்பார்கள் என்று வைத்துக்கொள்ளலாம். 350 சி.சி.க்குக் குறையாத என்ஜின் கொண்ட இவர்களுடைய மோட்டார் சைக்கிள்கள் ஆண்மை, அதிகாரம், வீரம், சாகசம் என்பன போன்ற நினைவுகளைத்தான் ஏற்படுத்தும். இந்த உறுதியான மோட்டார் சைக்கிள்களை இயக்கவும் இழுத்துப் பிடித்து ஸ்டாண்டில் நிறுத்தி வைக்கவும் அந்த வண்டிகளின் சொந்தக்காரர்களும் உறுதியான உடல்வாகு கொண்டவர்களாகத்தான் இருக்க வேண்டும்.

ஆனால் இந்த முப்பது நாற்பது ஆண்டுகளில் இந்த 'இரு சக்கிர வண்டிகள்' தான் எவ்வளவு மாற்றம் அடைந்து விட்டன! முப்பதாண்டுகள் முன்பு லாம்ப்ரட்டா ஸ்கூட்டர்கள் இந்தியாவில் புழக்கத்துக்கு வர ஆரம்பித்தபோது அந்த ஸ்கூட்டர்கள் பழைய மோட்டார் சைக்கிள்கள் பக்கத்தில் கொசு கடித்துச் சிணுங்கும் குழந்தைகள் போலத்தான் தோன்றின. ஆனால் இன்று கொசு போலவே இரு சக்கிர வண்டிகள் வந்துவிட்டன. எவ்வளவு விதவிதமான கொசுக்கள்! இந்தக் கொசுக்கள் எல்லாம் கொசு மாதிரி இரு மனிதர்களைச் சுமந்து செல்ல வேண்டும்! இந்தக் கொசுக்கள் சாலை முழுதும் இடைவெளி விடாது குறுக்கும் நெடுக்கிலும் காது துளைத்து விடும் கிரீச்சிடும் ஒலியுடன் ஊர்ந்து செல்லும்போது பழைய மோட்டார்சைக்கிள்காரர்கள் மனம் வெதும்பி அவதியுறுவார்கள். மோட்டார் சைக்கிளை இரு சக்கிரவண்டி என்று கூறிய அதே வாயினால் இந்தத் தகர பொம்மைகளையும் இரு சக்கிர வண்டி என்று அழைக்க நா கூசும். அந்த வண்டிகளில் போகிறவர்களைப் பார்க்கக் கண் கூசும். இப்படிப் பஞ்சத்தில் அடிபட்டவர்கள் போல இருப்பவர்களுக்கு இரு சக்கிர வண்டி என்ன கேடு என்று கேட்கத் தோன்றும். (பஞ்சத்தில் அடிபடாதவர்கள் போலிருந்தால் இந்த வண்டிகள் அவர்களைச் சுமந்து செல்லாது.)

திடீரென்று சென்ற ஆண்டு தமிழ்நாட்டுப் போலீசார் ஓர் உத்தரவு பிறப்பித்துவிட்டார்கள். இரு சக்கிர வண்டிகளில் போகிறவர்கள் எல்லாரும் தலையில் ஹெல்மட் அணிய வேண்டும். இந்த உத்தரவு ஸ்கூட்டர், மோட்டார் சைக்கிள்களுக்கு மட்டும்தான் இருக்கும் என்று நினைத்தேன். ஆனால் எல்லா இரு சக்கிர வண்டிக்காரர்களும் தலைக்குக் கவசம் அணிய வேண்டும் என்று சொல்லிவிட்டார்கள்.

வெறுந்தலையோடு போனவர்களைத் தடுத்து நிறுத்திக்கடும் அபராதம் செலுத்தும்படி செய்துவிட்டார்கள். இதனால் கிரீச்சிடும் தகர வண்டிகளில் செல்பவர்கள் அனைவரும் தலைக்குக் கவசம் அணிய வேண்டியிருக்கிறது. இந்தக் கவசங்கள் எல்லாமே ஏதோ விண்வெளிப் பயணத்துக்குச் செய்யப்பட்டது போலிருக்கிறது. ஒரு மாட்டு வண்டியின் வேகத்தில் போகக் கூடும் இரு சக்கிர வண்டியில் போகிறவர் விண்வெளி வீரர்கள் அணிவது போன்றதொரு தலைக் கவசத்தை அணிந்துகொண்டு போவது அந்த இரு சக்கிர வண்டியைக் கேலி செய்வது போலிருக்கிறது. இந்தத் தலைக் கவசத்தையும் சேர்த்து சுமக்க முடியாது என்ற காரணத்திற்காகத்தான் இந்த வண்டிகள் அடிக்கடி கிளம்ப மறுக்கின்றதோ?

மோட்டார் சைக்கிள் எனப்படுவது பற்றித் தொடர்ந்து யோசிப்போம். அப்போது தோற்றம் உண்மையில்லை என்பதற்கு வேறு நிரூபணங்களும் உள்ளன என்பது தெளிவாகும். மனோதத்துவரீதியில் பார்க்கும்போது வீடும் (உருவத்தில் கணிசமான அளவு கொண்ட) மோட்டார்-காரும் பெண்ணினத்திற்கு அடையாளப் பொருள். இவை நம் மனதில் புதைந்து கிடக்கும் பொருள்கள். ஆனால் மோட்டார் சைக்கிள் மட்டும் ஆண்மையின் சின்னமாயிருக்கிறது. மோட்டார் சைக்கிள் தோன்றிய காலத்தில் அது எப்படி உருக்கொண்டது என்ற நிலையே அது மனித மனத்தில் ஒரு சின்னமாகப் பதிவதற்குக் காரணமாக இருந்திருக்க வேண்டும்.

அக்காலத்தில் மோட்டார் சைக்கிள்கள் பெரிய உருவத்தைத்தான் கொண்டிருந்தன. அதன் ஒவ்வொரு பட்-பட் சப்தமும் அதனுள் அடக்கிவைத்திருக்கும் சக்தியை வெகு இயல்பாக உணர்த்துவதாக இருக்கும். நார்ட்டன், மி.எஸ்.ஏ, டிரயம்ஃப், ராயல் என்ஃபீல்டு, இண்டியன் ஸ்கவுட் என்று என்ன பெயர் கொண்டிருந்தாலும் அதை ஓட்டி ஆள்பவன் உடற்பாங்கிலும் மனப்பாங்கிலும் ஒரு வீரனாகவே இருக்க வேண்டும். ராணுவத்தில் பணி புரிபவர்கள் தவிர மற்றவர்கள் அன்று ஹெல்மட் அணிய வேண்டும் என்ற கட்டாயம் இல்லை. சாலைகள் அமைப்பில் இன்னும் முன்னேற்றம் காண நிறைய வாய்ப்பு இருந்தது. தெரு விளக்குகளுக்கு இப்போதுள்ள பிரகாசம் கிடையாது. அப்படியிருந்தும் மோட்டார் சைக்கிள் விபத்து என்பது மிகவும் அபூர்வமானதுதான். இன்றைய மக்கள் தொகை கிடையாது, இன்றைய வாகனங்களின் தொகை, 22 வகைகள் கிடையாது. அவற்றைப் பயன்படுத்த வேண்டிய அவசியம் மிகமிகக் குறைவு. இவையெல்லாம் இருந்தாலும் மோட்டார் சைக்கிளை அடக்கி ஆள அன்றைக்குத் தேவைப்பட்ட சில

குறைந்தபட்ச தகுதிகளே விபத்துகளைத் தவிர்ப்பதற்கும் காரணமாயிருந்திருக்கிறது. குதிரை சவாரி செய்வதுபோல மோட்டார் சைக்கிள் ஓட்டுவதும் ஒரு சாகசச் செயலாக நினைக்கப்பட்டது. என்றாலும் சாகசம் என்றாலே அபாயம் மிக்கதாகத்தான் இருந்தாக வேண்டும் என்ற நிர்ப்பந்தம் இல்லை என்பது மோட்டார் சைக்கிள் விஷயத்தில் உண்மையாகவே இருந்தது.

மோட்டார் சைக்கிள் ஆண்மைக்குச் சின்னமாகவும் கண்காட்சி வித்தையில் சாகசத்திற்குச் சாதனமாகவும் இருந்தது. எல்லா நகரங்களிலும் சுமாரான ஊர்களிலும் ஆண்டுக்கு ஒரு முறை சர்க்கஸ் அல்லது ஒரு பொழுதுபோக்குக் கண்காட்சி நடக்கும். குதிரை ராட்டினம், ஏரோப்பிளேன் ராட்டினம், ராட்சத ராட்டினம் இவற்றோடு பாம்புப் பெண் (பாம்பின் உடலும் பெண் முகமும் கொண்ட ஒரு கலவை), சித்திரக் குள்ளன், கையில்லா வித்தை (இரு கைகளும் இல்லாத ஒருத்தி கால்களாலேயே ஊசிக்கு நூல் கோர்ப்பது, துணி தைப்பது, கம்பளிச் சட்டை பின்னுவது) போன்ற காட்சிகளுடன், 'மரணக் கேணி' என்றொரு காட்சியும் இருக்கும். சுமார் 25 அல்லது 30 அடி ஆழமுள்ள கிணறு போன்றதொரு அமைப்பில் ஒருவன் வேகமாக சைக்கிள் ஓட்டுவான். தரையில் முதலில் வட்டமடித்துப் பின் கிணற்றுச் சுவரில் சுற்றி, சிறிது சிறிதாகக் கிணற்றில் அவன் வட்டமிடும் உயரம் கூடும். மேல் விளிம்பிலிருந்து நீங்கள் கையால் தொட்டுவிடலாம் என்ற உயரத்திற்கு அவன் வந்து விடுவான். Centrifugal force என்பது பிரபஞ்சத்தில் இருப்பதால் செங்குத்தான சுவரில் அவன் மோட்டார் சைக்கிளோடு சுற்றுவது சாத்தியமாகிறது. ஆனால் அந்த மோட்டார் சைக்கிள்காரன் ஒவ்வொரு கணமும் வாழ்வின் விளிம்பில்தான் செயல்படுகிறான் என்பதில் சந்தேகமேயிருக்க முடியாது. இதில் போதாதற்கு இன்னொருவன் எதிர்த் திசையில் வட்டமடிப்பான். அவர்கள் இருவருக்கும் ஒன்றும் நேரக் கூடாதே என்று நான் தவியாய்த் தவித்திருக்கிறேன்.

மரணக் கேணி போல 'மரணக் கோளம்' என்றும் ஒன்று உண்டு. உறுதியான கம்பிகளாலான சுமார் 15 அல்லது 20 அடி விட்டமுள்ள கோளத்தின் உள்ளே ஒருவன் மோட்டார் சைக்கிளில் இடமிருந்து வலமாகவும், மேலிருந்து கீழாகவும் சுற்றுவான். கோளத்தின் வெளியேயிருந்து நீங்கள் இதை வேடிக்கை பார்க்க வேண்டும். இதிலும் ஒரே சமயத்தில் இருவர் சுற்றுவதுண்டு. இருபது அடி விட்டமுள்ள கோளத்தின் உள்ளே, ஒருவர் மேலும் கீழுமாகவும் பக்கவாட்டிலும் சுற்றுவதை இன்று நினைத்தாலும்கூட வயிற்றைக் கலக்குகிறது. இந்த வித்தைகளைப்

பார்ப்பதற்கு அன்று சுமார் இரண்டனா—அதாவது சுமார் 12 பைசா கட்டணம். மோட்டார் சைக்கிள் எனக்குக் கொடூரமான எமதூதனாகத் தான் தோன்றியது.

இந்த மரணக் கேணி – மரணக்கோள வித்தையை நான் மூன்று அல்லது நான்கு முறை பார்த்திருப்பேன். அதில் இரண்டு தடவை ஒரு பெண்ணும் இந்த மோட்டார் சைக்கிள் வித்தையைச் செய்து காட்டினாள். அதாவது ஓர் ஆணும் ஒரு பெண்ணுமாகக் குறுக்கும் நெடுக்குமாய் மோட்டார் சைக்கிளில் சீறிப் பாய்ந்து வட்டமிடுவார்கள். அவர்களுக்கு ஒன்றும் நேர்ந்துவிடக் கூடாதே என்று எவ்வளவு தீவிரமாகப் பிரார்த்தித்திருக்கிறேன்! கண்ணெதிரே மரணத்தோடு அவர்கள் விளையாடுவதைப் பார்த்திருக்கிறேன். ஆனாலும் நான் அறிந்தவரை அந்த வித்தையில் விபத்து நேர்ந்ததில்லை. பிழைப்பிற்காக மரணத்தோடு விளையாட்டு! இதை வாழ்க்கையின் விசித்திரம் என்பதா? குரூரம் என்பதா?

இன்றைய இரு சக்கிர வாகனங்கள் மொபெட்டுகள் இனியும் ஆண்மையின் சின்னமாகத் தோன்றுவதில்லை. ஆனால் திட்டமிடப்பட்ட சாலை விதி முறைகள், தலைக்குக் கவசம் எல்லாம் ஏற்பட்ட பிறகும் இவ்வாகனங்கள் மரணத்தின் சின்னமாக இருப்பது மட்டும் மாறவில்லை.

அன்றைய சர்க்கஸ்களிலும் கண்காட்சிகளிலும் இடம் பெற்றிருந்த 'மரணக் கேணி' மற்றும் 'மரணக் கோள்' இப்போது தட்டுப்படுவதில்லை.

மரணத்தோடு விளையாடுவது சர்க்கஸ் கூடாரங்களைக் கடந்து இனி பார்க்குமிடமெல்லாம் வியாபித்துவிட்டது என்பதைத்தான் இது குறிக்கிறதோ? சூதாடிக்குரிய மனோ பாவத்தில்தான் இன்று சாலைகளில் வாகனங்கள் ஓட்டுபவர்கள் இருக்க வேண்டியதாகிறது.

ஒரு காலத்தில் சூதாட்டம் ஒருவர் வாழ்க்கையில் அடிக்கடி நேர்கிற நிகழ்ச்சியாக இல்லை. நேர்ந்தபோது அந்த ஒரு நிகழ்ச்சி வாழ்க்கையின் திருப்புமுனையாக அமைந்திருக்கிறது. இன்று ரசமற்ற அன்றாட வாழ்க்கையைப் பூர்த்தி செய்வதற்குப் பல கட்டங்களில் தினமும் அபாயத்தோடு சூதாட வேண்டி வருகிறது. எல்லா வயதினரும் மிகச் சாதாரணமான காரணங்களுக்கு ஓடி வரும் பஸ்ஸில் தாவி ஏறி இடம் பிடிப்பது, ஆட்டோமாடிக் சிக்னலிலுள்ள இடங்களில் சிவப்புவிளக்கு வந்தபிறகும் சீறிப் பாய்வது, வலது இடது பக்கமென்று பாராமல் முந்துவது... இப்படிப் பல விஷயங்களில் மயிரிழையில் உயிரை இழக்கலாம் என்பதை உணர்ந்தும் நாம் அப்படிச் செய்கிறோம்.

விதிகள் ஒரு மடங்கு அதிகரிக்க, அவற்றை மீறுவது பல மடங்கு அதிகரித்துள்ளது. இதெல்லாம் மிகச் சாதாரணமான அன்றாடக் கடமைகளைச் செய்வதற்குத்தான். எவ்வளவு கணவன்மார்கள், கட்டுப்பாடு மிகவும் குலைந்த போக்குவரத்து நிலையில் தங்கள் ஸ்கூட்டர்களிலும் மோட்டார் சைக்கிள்களிலும் மனைவியுடன் இரண்டு அல்லது மூன்று குழந்தைகளையும் எடுத்துச் செல்லும் போது தங்களுக்குப் பிரியமானவர்களைப் பந்தயம் வைத்துச் சூதாட்டம் ஆடுகிறார்கள்! பொருட்காட்சியில் புவியீர்ப்புச் சக்தியை மீறி கிணற்றுச் சுவரில் தரைமட்டத் தளத்தில் மோட்டார் சைக்கிள் விடும் சாகசக்காரனின் சாதனைக்கு இது குறைந்ததல்லவே!

மகத்தான நிகழ்ச்சிகள் நாடுகளின் வரலாறுகளில் பதிவாகலாம். ஆனால் மனிதமனம் சிறுசிறு நிகழ்ச்சிகளினால் தான் அடிப்படை மாற்றங்களை அடைகிறது. இன்னும் கூர்ந்து நோக்கினால் இந்த நிகழ்ச்சிகள் அவனுடைய வாழ்க்கையில் நேரிடையாகக்கூடச் சம்பந்தப்பட்டிருக்க வேண்டியதில்லை.

அது மிக விசாலமான சாலை. அந்தச் சுற்றுப்புறமும் சந்தடி யற்றது; அந்தச் சாலையை இன்னொரு சாலை வெட்டுகிறது. ஆனால் அப்பக்கம் இப்பக்கம் எங்கும் பெரிய மைதானம்தான். வெகு தூரத்தில் பழைய ராணுவக் கல்லறை. பகல்பொழுது இரண்டரை அல்லது மூன்றுமணி இருக்கும். ஒருவன் மிகச் சக்தி வாய்ந்த மோட்டார் சைக்கிளில் வேகமாக வருகிறான். இரு சாலைகள் வெட்டுமிடத்தில் வட்டமாக ஒரு மேடை. மேடை நடுவில் விளக்குக் கம்பம். இந்த மேடைக்காக மோட்டார் சைக்கிள்காரர் சிறிது திரும்ப வேண்டியிருக்கிறது. ஒரு கணம் கணக்குப் பிசகி விடுகிறது. மோட்டார் சைக்கிளின் முன்சக்கரம் சாலையோர நடைபாதைக் கல்லுடன் மோதுகிறது. அந்த மோட்டார் சைக்கிள்காரர் இருபதடி மேலே தூக்கியெறியப் பட்டார். அந்தரத்தில் கோணலும் மாணலுமாகக் கை உதறிக்கொண்டு கரணமிட்டார். சுமார் நூறடி தள்ளி கீழே விழுந்தார். நான் அவர் பிரேதத்தைத்தான் எடுக்க முடியும் என்று அவரிடம் ஓடினேன். ஆனால், அவர் எழுந்து நின்றார். உருத் தெரியாமல் நசுங்கிக் கிடந்த தன் மோட்டார் சைக்கிள் அருகே நடந்து வந்தார். இறந்துபோன என் தந்தையின் முகத்தைத் தெளிவாக நினைவுகூர எனக்கு முடியாவிட்டாலும் தூக்கிவிடப்போன என்னைப் பார்த்த அந்த மோட்டார் சைக்கிள் மனிதரின் முகத்தை இன்றும் நினைவுகூர முடிகிறது.

இரண்டாம் உலக யுத்த நாளில் மிலிட்டரி லாரியால் விபத்து அநேகமாகத் தினமும் நேரும். அந்த விபத்துகளில் அடிபட்டால் அடிபட்டதுதான். எவ்வளவோ பேர் இறந்து

போனார்கள். அதில் அநேகம் பேர் சிறுவர்கள். கூட்டம் கூடி கூச்சலிடும்போது அந்த லாரி டிரைவர்கள் எல்லாரும் அநேகமாக ஒரு கேள்விதான் கேட்பார்கள், 'அங்கே யுத்தம் நடக்கிற இடத்தில் நாங்கள் ஆயிரக்கணக்கில் சாகிறோம். இங்கே ஒரு பையன் செத்ததற்கு இவ்வளவு அலட்டிக்கொள்கிறீர்களே!'

இரண்டு நிகழ்ச்சியிலும் நான் வெறும் பார்வையாளன். அந்த மோட்டார் சைக்கிள்காரர் பெயர்கூட எனக்குத் தெரியாது. என் மீது மிலிட்டரி லாரி எதுவும் மோதினதும் கிடையாது. இந்த இரு நிகழ்ச்சிகள், இதுபோல இன்னும் பல சிறிய, நேரடியாகத் தொடர்பு இல்லாத நிகழ்ச்சிகள், என்னிடம் உண்டுபண்ணிய மாற்றங்களை இவ்வளவு ஆண்டுகள் கழித்தும் துல்லியமாக உணர முடிகிறது. அற்ப நிகழ்ச்சி என நம் புத்தி பலவற்றை நினைவிலிருந்து அகற்றி எங்கோ தள்ளிவிடுகிறது. ஆனால் அந்த நிகழ்ச்சிகள்தான் நம்மிடையே அடிப்படைத்தன்மை மாற்றங்களை விளைவித்துவிடுகின்றன.

இங்கே இன்று, 1986

பேனாவே ஊன்றுகோலானதும்

நாம் செய்யும் காரியங்கள் எல்லாவற்றிற்கும் செய்யும்போதே காரணம் தெரிந்திருக்கிறது என்று சொல்லுவதற்கில்லை. அதிலும் பௌதிகப் பொருளல்லாத கற்பனை இயக்கத்திற்குக் காரணம் கூறுவது கடினம் என்றே தோன்றுகிறது.

கோர்வையாகக் கதை சொல்வது கடினம் என்றாலும் அந்தக் கடினமான காரியத்தைச் செய்வதில் சாதனை முடித்தத் திருப்தி *(Sense of achievement)* கிடைக்கிறது என்ற காரணத்திற்காகவும் கதை எழுதத் தொடங்கினேன் என்று கூறலாம். இதுகூட முழுமையான உண்மையாகாது. நான் சிறுவனாக இருந்த காலத்தில் இப்போதுள்ள ஜன நெருக்கடியும் போட்டியும் எதிலுமிருந்தது இல்லை. ரயிலில் ஒரே கூட்டம் என்பார்கள். ஆனால் எவ்வித ரிசர்வேஷனுமில்லாமல் படுத்துக் கொண்டு பிரயாணம் செய்யலாம். பள்ளிக் கூடங்களில் எந்த வகுப்பிலும் எந்த மாதத்திலும் ஒரு பையன் சேர்ந்துகொள்ளலாம். கல்லூரியில் சேர வேண்டுமென்று நினைத்து இடம் கிடைக்க வில்லை என்று நேருவது மிக மிக அபூர்வம். ஒய் எம்.சி.ஏ. சென்றால் பிங்பாங் மேஜை அனாதையாகக் கிடைக்கும். ஊரில் கிரிக்கெட் விளையாடுவதற்கு எவ்வளவோ மைதானங்கள் இருக்கும். டாக்டர்கள் ஐந்து நிமிடங்கள் உடலைப் பரிசோதித்துவிட்டு அரை மணிநேரம் ஊர் விவகாரங்கள் பேசுவார்கள்.

இவ்வளவு சாவதானமான, நெருக்கமற்ற காலத்தில் எவ்வளவோ துறைகளில் இந்தச் சாதனையின்பத்தை அடைய வழியிருந்தபோது எழுத்துத்துறையைத் தொடர்ந்த காரணம் எனக்கு இன்றும் அவ்வளவு தெளிவாகத் தெரியவில்லை. இருபதாண்டுகளுக்கு முன்னால் இல்லாத பல துறைகளுமாகச் சேர்ந்து இன்று ஒருவர் ஏராளமான துறைகளில் ஈடுபடச் சாத்தியமிருக்கிறது. அதே நேரத்தில் ஒவ்வொரு துறையிலும் நெருக்கடியும் பலமடங்கு போட்டியும் அதிகரித்திருக்கிறது. என்னுடைய மிகச் சாவதானமான தன்மைக்கும் இடித்துத் தள்ளி முன்னேற இயலா இயல்புக்கும் இன்றைய எழுத்துத்துறை கூட எனக்கு வாய்ப்பு அளிக்கக் கூடியதல்ல என்றே தோன்றுகிறது.

ஒருவன் எழுதியதோடு அவன் பணி முடிந்ததாகக் கருதி அவனை எழுத்தாளன் என்று யாரும் அழைப்பதில்லை. அவன் எழுத்தைப் படித்த பிறகுதான், அந்த எழுத்து சிறிதாவது பாதிப்பு ஏற்படுத்தினால்தான், ஒருவன் எழுத்தாளன் என்று கருதப்படுகிறான். அவன் எழுதியதற்கும் அவன் எழுதியதை நாம் படிப்பதற்கும் இடையில் ஒரு நெடுந்தூரப் பிரயாணம் இருக்கிறது. இந்தப் பிரயாணத்தை எழுத்தாளன்தான் முயற்சி கொண்டு, முடிக்க வேண்டியிருக்கிறது. அவன் எழுதுவதில் உள்ள திடமும் விடாமுயற்சியும் பிரசுரமாவதற்கு எடுத்துக் கொள்ளும் எத்தனங்களிலும் சிறிதே குறைந்தாலும் அவன் எழுத்து உலகுக்குக் கிடைப்பதில்லை. இப்படி எவ்வளவு பேருடைய அற்புதமான எழுத்துக்கள் உலகுக்குக் கிடைக்காமல் இருக்கிறதோ?

சிலர் இந்த எத்தனங்கள், ஒரு எழுத்தாளன் அவன் எழுத்தின் மீது கொண்டிருக்கும் நம்பிக்கையைப் பொறுத்தது என்கிறார்கள். நான் எழுதிய முதல் கதையை அப்படி ஒரு நம்பிக்கை இருந்ததால்தான் விடாமல் மாற்றி மாற்றிப் பத்திரிகைகளுக்கு அனுப்பிக்கொண்டிருந்தேன் என்று நினைக்கிறேன். சுமார் இருபத்திரண்டாண்டுகளுக்கு முன்பு (1953) ஒரு சிறுகதைப் போட்டி அறிவிப்பைப் பார்த்தேன். முப்பது பக்கங்களில் ஒரு சிறு கதையை (!) எழுதி முடித்து அனுப்பினேன். அது ஓராண்டுக் காலம் கழித்துத் திரும்பியது. கதையின் நீளத்தைச் சிறிது குறைத்து இன்னொரு பத்திரிகைக்கு அனுப்பினேன். சில மாதங்களில் அங்கிருந்தும் திரும்பி வந்துவிட்டது. இன்னொரு முறை படித்துவிட்டு, இன்னும் சில பகுதிகளைச் சுருக்கிவிட்டு இன்னொரு பத்திரிகைக்கு அனுப்பினேன். அங்கிருந்தும் சில நாட்களில் திரும்பி வந்துவிட்டது. மீண்டும் படித்து, இதென்ன இவ்வளவு வளாவளாவென்று இருக்கிறதே என்று மீண்டும்

சுருக்கி இன்னொரு பத்திரிகைக்கு அனுப்பினேன். (எனக்கு வெகு சமீப காலம் வரை ஒவ்வொரு பத்திரிகையும் ஒரு வகை கதையைத் தான் பிரசுரிக்கும் என்ற ஞானம் தெளிவடைய வில்லை. கதை நன்றாயிருந்தால் கட்டாயம் போடுவார்கள் என்று எல்லாப் பத்திரிகைகளுக்கும் அனுப்பிய வண்ணம் இருப்பேன்!) இப்படியாக டஜன் பத்திரிகைகளிலிருந்து திரும்பி வந்து, கதையும் பத்து பக்கங்களில் அடங்கிவிட்டது. இப்போது முன்னொரு முறை அனுப்பித்த பத்திரிகைகளுக்கே மீண்டும் அனுப்ப ஆரம்பித்தேன். அப்படித்தான் முன்பு நிராகரித்த பத்திரிகையே 1957ஆம் ஆண்டில் அக்கதையைப் பிரசுரித்தது.

அக்கதை வெளியான நான்கு மாதத்தில் என்னுடைய இன்னொரு கதை பிரசுரமாயிற்று. இரண்டு கதைகளுக்கு மிடையேதான் எவ்வளவு வித்தியாசம்! இன்னும் அந்த முதல் கதையை இதுவரை வெளியாகியிருக்கும் மூன்று சிறுகதைத் தொகுப்புகளிலும் சேர்க்க முடியவில்லை அப்படிப் பொருந்தாமல், ஒட்டாமல், தனித்து நிற்கிறது அக்கதை. இருந்தும் அதை நான்தான் எழுதினேன்; அது ஒரு முக்கியமான படைப்பு என்று அசைக்க முடியாத நம்பிக்கை அன்று இருந்திருக்க வேண்டும்...

கதைகள் பத்திரிகைகளிலிருந்து திரும்பி வருவது ஒரு பெரிய விஷயமாக இல்லாமல் போய் வெகுநாட்களாகின்றன. நேற்றும் இன்றும் என் படைப்புகள் திரும்பி வந்திருக்கின்றன. நான் ஆங்கிலத்தில் மொழிபெயர்க்கும் என் கதைகளுக்கு இது இன்னும் நேருகிறது. அதே கதை தமிழில் வெளியாகும்போது மிகச் சிறந்ததாகத் தோன்றும்போது ஏன் ஆங்கில மொழியில் அது ஏற்கப்படாமல் போகிறது? எனக்கு இப்போது ஒரு காரணம் புலப்படுகிறது. மொழிக் கலாச்சார வேற்றுமைகளால் ஆங்கில மொழியை இந்தியர் இந்தியருக்காகப் பயன்படுத்தினாலும் அதற்கென உண்டான கலாச்சாரம் ஒன்று ஊடுருவி நிற்கிறது. என் கதைகள் தமிழ் மொழிக் கலாச்சாரத்தை மிகவும் சார்ந்திருக்க வேண்டும்.

இக்கலாச்சாரச் சார்புதான் (அல்லது உண்மையான பிரதிபலிப்புத்தான்) ஓர் இலக்கியப் படைப்பையோ அல்லது கலைப்படைப்பையோ ஜீவனுள்ளதாகச் செய்கிறது என்று நினைக்கிறேன். ஒரு குறிப்பிட்ட மொழி, எழுத்தாளனுக்கும் வாசகனுக்கும் பொதுவான தளம் அமைக்கிறது என்பதை விட அவர்கள் கலாச்சாரம்தான் இருவருக்கும் ஒரு பலமான தொடர்பையே ஏற்படுத்தித் தருகிறது என்று தோன்றுகிறது அப்படியானால் மொழிபெயர்ப்புகள்? வேறு நாடுகளிலிருந்து நம் நாட்டிற்கு வந்திருக்கும் அமர இலக்கியங்களின் கதி என்ன?

ஷேக்ஸ்பியர், கதே, டால்ஸ்டாய், காமு... நாம் இவர்களை மொழிபெயர்ப்பில் படிக்கிறோம், சிறந்த இலக்கிய அனுபவங்கள் பெறுகிறோம், இதெல்லாம் உண்மையே, இருந்தாலும் கலாச்சார வேறுபாடினால் சிறிது எட்ட நிற்கத்தான் செய்கிறோம். அதே போல ராமாயணம் என்னதான் பிரபலமாக ரஷ்யாவில் இருந்தாலும் ஓர் இந்தியனுக்கு அது தரும் அனுபவம் ஓர் ரஷ்யனின் அனுபவத்திலிருந்து மிகவும் வேறுபட்டே இருந்து தீரும். ஒரு படைப்பு அதே மொழிக்காரர்களுக்கே வெவ்வேறு அனுபவங்களை ஏற்படுத்தும்போது முற்றிலும் வேறுபட்ட மொழியில் அதன் பாதிப்பு அசலிலிருந்து விலகித்தான் இருக்க முடியும். இலக்கிய அனுபவம் ஒரு *approximation.*

இப்படி இலக்கியம் *approximation* நிலையில் இயங்குவது எனக்குத் தவிர்க்க முடியாத சாத்தியமாக இருக்கிறது. இக்காரணத்தால்தான் என்னால் போதனைகளையும் கோஷங்களையும் என் படைப்புகளில் கையாள முடியவில்லை.

என் முதல் கதை பிரசுரமானதிலிருந்து வருடத்திற்கு இரண்டு அல்லது மூன்று என்கிற விகிதத்தில் கதைகள் வெளிவந்தவண்ணமிருந்தன. இந்தக் கதைகள் வெளிவந்த காலத்திலேயே எனக்குச் சந்தேகமிருந்தது; இப்போது உறுதி யாகவே கூறலாம். முதல் சுமார் பத்தாண்டுகள் வரை என் கதைகள் வாசகர்கள் மத்தியிலோ அல்லது ஆசிரியர்களிடையோ, சொல்லப்போனால் இலக்கியப் பத்திரிகை ஆசிரியர்கள், விமர்சகர்கள் மத்தியில்கூட எவ்விதச் சலனமும் ஏற்படுத்த வில்லை. இப்படிச் சலனமேற்படுத்தாத கதைகளுக்கு விசேஷ எதிர்ப்பு இருக்கவும் சாத்தியமில்லை. ஆனால் ஏழெட்டாண்டு களுக்கு முன்னர் தான் அப்போது எழுதியக் கதைகள், முன்பே எழுதிய கதைகள் எல்லாவற்றிற்கும் தீவிரப் பரிசோதனை ஏற்பட்டது. எதிர்ப்பு ஒரு 'நெகடிவ்' விதமாக இருந்தது. அதாவது 'கதை புரியவில்ல', 'இது கதையில்ல', 'இதெல்லாம் கதையாகுமா?' என்று. ஆனால் அத்தகைய கதைகள் இன்று வெகு சகஜமாகிவிட்டன. இன்று எழுத ஆரம்பிக்கும் எந்த இளம் எழுத்தாளனும் இப்பாணியைத்தான் முதலில் கையாளுவதைப் பார்க்க முடிகிறது.

இந்தப்–பாணி இதை என் பாணி என்று கூறிக்கொள்ள முடியுமானால்–சொல்ல வேண்டியதை நேரிடையாக, அடைமொழிகளைப் பயன்படுத்தாமல், ஆசிரியாகச் சார்பு கொள்ளாமல் எழுத முயலுவது. ஆசிரியரே தம் பாத்திரங்கள் எவருடனும் ஒன்றிக்கொள்ளாமல் எழுதுவதின் ஒரு விளைவு வாசகர்களுக்குப் அப்படிப்பட்ட ஒன்றிக் கொள்ளுதல் முடியாமல் போவது. பொதுவாக வாசகர்கள், அதுவும் தமிழ்

மொழி வாசகர்கள் ஏதேனும் ஒரு பாத்திரத்தில் ஒன்றிக்கொள்வது தான் ஆரம்ப நாளிலிருந்து பழக்கமாகியிருக்கிறது. இந்த அம்சந்தான் திரைப்பட நடிகர்கள் பெரும் நட்சத்திரங்களாகவும் பெரும் செல்வாக்குக் கொண்ட வர்களாகவும் மாறுவதற்குக் காரணம். என் கதைகள் இந்த உணர்ச்சிக்கு இடம் கொடுப்ப தில்லை. இதனால் பாத்திரங்கள் எவ்வளவு பழகியவர்கள் அல்லது தெரிந்தவர்கள் போலிருந்தாலும் வாசகர்கள் அப்பாத்திரங்களிலிருந்து. விலகி இருக்கவே செய்வார்கள். இப்படி விலகி இருப்பதில் பாத்திரம் அல்லது சம்பவம் பற்றி அதிகத் தகவல்களை அறியச் சாத்தியம் உண்டு.

தகவல்கள் மூலம் சூழ்நிலையையும் கதையினுடைய தொனியையும் தெரிய வைக்கும் உத்தி அப்படி ஒன்றும் புதிதில்லை. அநேகமாக எல்லா நல்ல உரைநடை எழுத்தாளர் களும் வெவ்வேறு அளவுக்கு இதை உபயோகப்படுத்தித்தான் இருக்கிறார்கள். இந்தப் பத்துப் பதினைந்தாண்டு காலத்தில் புறத் தகவல்கள் கோர்வையைச் சிறப்பான இலக்கிய ஆயுதமாகப் பயன்படுத்திக் காட்டியவர் *(Alain Robbe-grillet)* ஆலன் ரோப்கிரியெ. சினிமாவில் மிகுந்த ஈடுபாடு கொண்டவர். இப் புறத் தகவல் அடுக்கும் உத்தியே இன்று சினிமா உலகெங்கும் பரவிய ஒரு தகவல் சாதனமாக இருப்பதால்தான் என்று தோன்றுகிறது.

ஆனால் எனக்கு எழுத வேண்டும் என்று ஆர்வம் உண்டு படுத்திய எழுத்தாளர் சினிமா கண்டுபிடிப்பதற்கு முன்னரே எழுதிய சார்லஸ் டிக்கன்ஸ்தான். டிக்கன்ஸ் படைப்புகளிலுள்ள அகண்ட பார்வைதான் என்னையும் என்னைச் சுற்றி அகண்டு பார்க்கத் தூண்டியது என்று நினைக்கிறேன். இதனால்தானோ என்னவோ இரண்டு மூன்று பக்கங்களில் கதை எழுதினால் கூட அதில் நிறையப் பாத்திரங்கள் வந்து விடுகிறார்கள்.

இருந்தும் என் கதைகள் அநேகமாக எல்லாவற்றிலும் முக்கிய பாத்திரம் என்று தனித்துப் பார்க்கக் கூடியது ஒன்று இருந்தே தீரும். இன்று சுமார் 60, 70 கதைகள் எழுதிய பிறகு யோசித்துப் பார்த்தால் இதில் பாதிக்கு மேல் பெண் பாலராக இருந்திருக்கிறார்கள்! சிறு பெண்கள், பருவப் பெண்கள், குழந்தை குட்டிகளுடன் குடும்பத்தலைவியாக உள்ள பெண்மணிகள், கிழவிகள் எல்லாரும் இருந்திருக்கிறார்கள். அதேபோல ஆண் பாத்திரங்களும் சின்னப் பையனிலிருந்து சாவை எதிர்நோக்கியிருக்கும் கிழவன்வரை இருந்திருக்கிறார்கள். படித்தவர்கள், படிக்காதவர்கள், ஏழைகள், பணக்காரர்கள் எல்லாரும் இருந்திருக்கிறார்கள். பணக்காரர்கள் சிறிது குறைவு.

நான் எழுதிய கதைகளில் பல எனக்கு மிகவும் பிடித்த மானவை. பார்க்கப்போனால் ஒவ்வொரு கதை எழுதும் போதும் ஓர் ஆர்வமிக்க வாசகனுக்கொத்த மனநிலைதான் எனக்கிருந்திருக்கிறது. என் கதைகள் எனக்கே பல புதுக் கண்டுபிடிப்புகளாக இருந்திருக்கின்றன. எனக்கே திகிலூட்டும் கண்டுபிடிப்புகளாகச் சில கதைகள் அமைந்தன. அவை 'இன்னும் சில நாட்கள்', 'பிரயாணம்' முதலிய கதைகள். ஒரு விதத்தில் பார்த்தால் இவை ஒரே பிரச்சினைக்கான பல பிரதிபலிப்புகளாகத் தோன்றுகின்றன. எது சத்தியம், எது உண்மை, எது சாசுவதம் என்பதே அப்பிரச்சினை (அல்லது கேள்வி).

புறத் தகவல்கள் நிரம்பிய கதைகளாக இருப்பதால் தற்காலச் சமூகமும் சூழ்நிலையும் என் கதைகளில் நிறையவே இருக்கின்றன. தனி மனித மனப்போக்கின் விபரீதங்களுடன் சமூக சமுதாய அமைப்புக்கள் மனிதன்மீது செலுத்தும் பாதிப்பும் ஆளுமையும் பிரதிபலிக்கப்பட்டிருக்கின்றன. கூடுமானவரையில் நடுநிலை பிறழாமல் இவை சித்தரிக்கப்பட்டிருக்கின்றன. இவற்றில் பல புயல்களையும் புரட்சிகளையும் உருவாக்கக் கூடியவை. ஆனால் என்னை ஒரு புரட்சியாளனாக நான் கற்பித்துக்கொள்ள முடியவில்லை. ஒரு ஜன சமூகத்தை அல்லது கூட்டத்தைத் தலைமை தாங்கி அழைத்துச் செல்லும் தகுதி நான் பெற்றிருப்பதாக எனக்குத் தோன்றவில்லை.

இதை நான் அடக்கம் காரணமாகச் சொல்கிறேன் என்றில்லை. உண்மை நிலையே அதுதான். நான் உலகத்தை விமர்சித்து எழுதினாலும் தனிமையில்தான் எழுதப் பயிற்சி மேற்கொண்டவன். எந்த அளவுக்கு நான் பிறர் தலைவிதியை நிர்ணயிக்க முற்படலாம் என்பது பற்றி எனக்குச் சந்தேகம் இருக்கிறது. ஒருவன் ஒரு காரியத்தை ஒழுங்காகச் செய்தால் போதாதா? தன் பலங்களை உணர்வதைக் காட்டிலும் தன் குறைபாடுகளை ஒருவன் முதலில் உணர்ந்து கொள்ள வேண்டும் என்று நினைப்பவன் நான். புதிதாக எழுதத் தொடங்குபவர்களுக்கும் நான் இதைத் தான் ஒரே அறிவுரையாகக் கூற முடியும்.

ஓர் ஹிந்திப் பத்திரிகைக்கு எழுதிய கட்டுரை, 1975

'கரைந்த நிழல்கள்' திடமான கதை

'கரைந்த நிழல்க'ளை எழுதி முடித்துப் பதினான்கு மாதங்கள் முடிந்துவிட்டன. இது புத்தகமாக வந்து ஏறக்குறைய ஒரு வருடம் ஆகப்போகிறது. இன்று இந்த நாவலைப் பற்றி நினைக்கையில் சில சமயங்களில் எப்படி இதை எழுதினோம் என்ற பிரமிப்பு வருகிறது. சில சமயங்களில் ஏன் இதை எழுதினோம், ஏன் இவ்வளவு மட்டும் எழுதினோம் என்கிற கசப்பும் வருகிறது. இந்த இரு முனைகளின் நடுவில் நின்று இந்த நாவலை எழுதினோம் என்பதையும் மறக்க முடிந்திருக்கிறது. என் வரையில் இந்த நாவல் வெகு சீக்கிரத்திலேயே ஒரு சிறுபிராய அனுபவம்போல் நினைவுக்குவியலில் தங்கி, பின்தங்கிப்போய்விடும்.

இந்தத் தலைப்பில் நான் எழுதத் திட்டமிடவில்லை, உண்மையில் இந்த நாவலையே நான் எழுதத் திட்டமிடவில்லை. தீபம் திரு பார்த்தசாரதி ஒரு தொடர் நாவல் எழுத வேண்டும் என்று என்னிடம் கூறியபோது இந்தத் தலைப்பைக் கொடுத்தேன். எனக்குக் கதை சொல்ல வராது, அதில் எனக்கு வருத்தம் கிடையாது. ஆனால் தீபம் ஆசிரியர் அவர்கள் என்னை 'என்ன கதை?' என்று நாவல் சுருக்கம் கேட்க நான் ஓர் அளவில் நான் என்ன எழுதக்கூடும் என்பதைக் கோடி காண்பித்தேன், அந்நேரத்தில் எனக்குத் தெரிந்ததும்

அவ்வளவுதான். கதை சிறிதளவு என்.எஸ். கிருஷ்ணன் வாழ்க்கையையொட்டியதாக இருந்திருக்கும். நான் 'கதைச் சுருக்க'த்தைச் சொல்ல உடனே அவர் அம்மாதிரிக் கதையை அவரே எழுத இருப்பதாகச் சொன்னார். இதற்குள் 'கரைந்த நிழல்கள்' அறிவிப்பு அச்சாகி விட்டது என்று நினைக்கிறேன். அன்றிலிருந்து குறிப்பிட்ட இதழுக்குள் நான் புதுக்கதை யோசித்து ஆசிரியருக்குச் சுருக்கம் கூறுவதென்பது அசாத்தியமான காரியம் என்று நானும் கூறினேன். அவருக்கும் தோன்றியிருக்கும். ஆதலால் கதைச் சுருக்கம் புதிதாகச் சொல்லாமல் நான் முதல் அத்தியாயம் எழுதினேன். எழுத எழுத ஒவ்வொரு அத்தியாயமும் ஒரு தனி நாவலுக்குரிய பொருளாகவே பட்டது. உண்மையில் ஒவ்வொரு அத்தியாயத்தையும் நானாகவே ஒரு அளவிற்கு மேல் வளரவிடவில்லை. நாவல் பத்தே அத்தியாயத்தில் முடிந்து விட்டது பற்றி எனக்குக் குறையில்லை. அதன் 'தலை எழுத்து' அப்படி இருந்திருக்கிறது. 'நீங்கள் ஏன் புத்தகம் போடும் போதாவது இன்னமும் எழுதியிருக்கக் கூடாது?' என்று கேட்கக் கூடும். சிலரின் இயல்பு ஒரு காரியம் ஒரு தடவை முடிந்தது என்று ஏற்பட்டால் மீண்டும் அதனை அணுக மாட்டார்கள். என் இயல்பு அப்படித்தான். எழுதும் போது ஏராளமான அவகாசம் எடுத்துக்கொண்டு, பலமுறை படித்து மாற்றங்கள் செய்தாலும் ஒரு முறை எழுதி முடித்தாகிவிட்டது என்று கீழே வைத்த பிறகு உறவே துண்டிக்கப்பட்டு விடுகிறது இதன் காரணமாகத்தான் கண்டன விமர்சனங்கள் அதிகம் சோர்வு தருவதில்லை. ஆனால் நான் அடுத்து, எழுதும்போது அந்த விமரிசனத்தை மனதில் வைத்து அது என் எழுத்திற்கு எவ்வளவு பொருந்துகிறது என்று பரிசீலனை செய்யத் தவறுவதில்லை.

'கரைந்த நிழல்க'ளில் ஒவ்வொரு பாத்திரத்திற்கும் ஒரு முன்மாதிரி உண்டு. ஆனால் அந்தப் பாத்திரங்கள் தான் அந்த முன்மாதிரியல்ல. அதாவது பல தகவல்களில் பாத்திரங்களும் முன்மாதிரிகளும் பெரிதும் மாறுபட்டு இருக்கும். சூழ்நிலை, reaction கள், இவையெல்லாம் வேறு வேறு. இதன் காரணமாக அந்த முன்மாதிரிகளே இந்த நாவலைப் படிக்க நேர்ந்தால் கூட அவர்களே அது வேறு யாரோ என்றுதான் நினைத்துப் படிப்பார்கள். பல பட முதலாளிகளின் கலவை ரெட்டியார். அதே போலப் பல ஸ்டுடியோ முதலாளிகளின் கலவை ராம ஐயங்கார். பல புரொடக்ஷன் மானேஜர்களின் கலவை நடராஜன். ஆனால் இந்த நாவலில் அந்த ஸ்டுடியோவும் சினிமாவும் அவ்வளவு முக்கியமல்ல. இது மனிதர்களைப் பற்றியது. உண்மையாக இருக்கக்கூடிய மனிதர்களைப்பற்றி ஒரு அந்தரங்கத்தோடு, ஒரு உரிமையோடு எழுதப்பட்டது

என்பதுதான் முக்கியம். பிற்காலத்தில் இது ஒரு நல்ல நாவல் என்றில்லாமல் இது சினிமாத்துறை பற்றிய ஒரு நல்ல நாவல் என்று கூறப்படுமானால் நான் தோல்வியடைந்தவனாவேன்.

ஒரு திட்டமான முடிவு வைத்துக்கொண்டு எழுதவில்லை. உண்மையில் என்னுடைய கதைகள் பலவற்றிற்கு நான் முடிவை மனதில் நினைத்து எழுதியது கிடையாது. இந்த நாவலும் அப்படித்தான்.

நான் ஏதோ 'சோதனை' செய்கிறேன் என்று எழுதுவ தில்லை. ஒன்றை வலுக்கட்டாயமாகச் செய்வதில் எனக்கு நம்பிக்கையில்லை – வாழ்க்கையில் நம் ஜீவனத்திற்காக, குடும்பத்தினருக்காக, உயர் அதிகாரிகளுக்காகச் சில காரியங்களை நாம் வலுக்கட்டாயமாகச் செய்யத்தான் வேண்டி யிருக்கிறது. ஆனால் முழுக்க முழுக்கச் சுதந்திரம் இருக்கும் என் படைப்புச் செயலில் வலுக்கட்டாயம் என் வரையில் நம்பிக்கையற்ற ஒன்று. பொருளாதார லாபத்தை எண்ணியதும் இல்லை. இந்த நாவலிலும் கிடையாது. ரூ.150/– கிடைத்தது. ஒரு சிறுகதைக்கு ரூ.1000/– பெற்றுவிட முடியும் இந்நாளில்.

ஒரு நல்ல வாசகர் குழுவுக்கு இது நான் சொல்லித்தான் தெரிய வேண்டும் என்றில்லை. இந்த நாவல் மொத்தம் எட்டு முக்கிய பாத்திரங்களின் கண்ணோட்டங்களைக்கொண்டது. (அத்தியாயங்கள் 4, 5, 6 – ராஜகோபால் என்னும் ஒரே பாத்திரம் – தீபத்தின் இடவசதிக்கேற்ப மூன்று அத்தியாயங்களாக அமைக்கப் பெற்றது) அத்தியாயம் இரண்டும், மூன்றும் telescope ஆகும். ஒரே நிகழ்ச்சி இரு வெவ்வேறு தளத்தில் உள்ளவர்கள் கண்ணோட்டத்தில் எப்படிக் காட்சியளிக்கிறது என்று தெரியும். எட்டு, ராமஐயங்கார் கண்ணோட்டம். ஒன்பதாம் அத்தியாயம் பாச்சா கண்ணோட்டம். இதைப் புரிந்துகொண்டுவிட்டால் நாவல் இன்னும் அர்த்தமளிக்கும். 10ஆம் அத்தியாயம் வேறு ஒரு பாத்திரத்தின் கண்ணோட்டம். இதை 'நான்' என்று சொல்வதில் ஒரு சௌகரியம், ஒரு பரவலான தன்மை கிடைக்கிறது. இங்கே, 'நான்' ஆசிரியரல்ல.

இந்த நாவலில் சம்பாஷணைகள் பாதிக்கு மேல் தமிழில் நடைபெறவில்லை. அதிலும் கோபத்தில், துவேஷத்தில், ஒருவரையொருவர் குதறும் நோக்கோடு பேசும்போது ஆங்கிலத்தில் தான் பேச முடிகிறது – காரணம் அவர்கள் உணர்ச்சிகளைக்கூட அறிவின் தளத்திற்கு ஒதுக்கிவிட்டு அந்தத் தளத்திலேயே இயங்குகிறார்கள். ஆனால் அவர்களும் சாதாரண மனிதர்கள்போல் மனதால், உணர்வுகளால் இயங்கும்போது, இயல்பாகச் சொற்கள் தமிழில்தான் வருகின்றன. இந்த

இடங்கள் "'–' என்று தமிழில் சொன்னான்" என்று தெளிவாகக் குறிப்பிடப்பட்டிருக்கும்.

நான் வேண்டுமென்றே அப்படி எழுதுவதில்லை. ஆனால் என் எழுத்துக்களை இரண்டாம் முறை படிப்பது அவசியமாகி விடுகிறது. முதல் வாசிப்பில் பல தகவல்கள் கவனத்திலிருந்து பிறழ்ந்துவிடுகின்றன. பலவற்றிற்குச் சம்பந்தமே இருப்பதாகத் தெரியவில்லை. ஆனால் கதையைத் தெரிந்துகொண்டு இரண்டாம் முறை வாசிக்கும்போது நிறைய விவரங்கள் தெளிவாகின்றன. ஆனால் நான் யாரையும் 'இரண்டு முறை வாசியுங்கள்'என்று வற்புறுத்த முடியாது. முடிந்தால் வாசியுங்கள் என்றுதான் கூற முடியும்.

நான் செய்ய முடியாத ஒன்றைச் செய்து முடித்ததாக நினைக்கவில்லை. இந்த நாவலை, அல்லது இதே மாதிரி நாவல்களைச் சிறிது அப்பியாசத்திற்குப் பிறகு, சிறிது முயற்சிக்குப் பிறகு, யாரும் எழுதிவிட முடியும்.

கசடதபற, 1970

கதையின் கதை –
ஒரு பிரயாணம்

கதையில்லாத மனித அனுபவமே கிடையாது. இதையே இன்னும் சற்று விஸ்தரித்துக் கூறுவதானால் விபத்து என்று எதுவுமே கிடையாது, எல்லா நிகழ்ச்சிகளுமே அறிந்தோ அறியாமலோ திட்டமிட்டு நடப்பதுதான் என்றும் கூறி விடலாம். பிராய்டும் அவருடைய சீடர்களும் மனோ பரிசோதனை என்ற துறையை ஸ்தாபித்த பிறகு இப்படி நினைப்பதற்குத் தூண்டுதல் நிறையவே இருக்கிறது.

தடுக்கி விழுதல், வாயிற்படியில் தலையை இடித்துக்கொள்ளுதல், பேனாவுக்கு மையிடும் போது வேட்டி சட்டையைக் கறைப்படுத்திக் கொள்ளல் போன்றவற்றுக்கும் கதையும் காரணமும் உண்டானால், கதைக்கு எவ்வளவு காரணம் இருக்க வேண்டும்? சுமார் நூறு கதைகள் எழுதி முடித்த பிறகு இன்று யோசித்துப் பார்க்கும் போது, அநேகமாக எல்லாக் கதைகளுக்குமே அவை எழுதப் பட்டபோது மனத்தில் மேலோங்கி இருந்த காரணங்கள் நிஜமான காரணங்கள் அல்லவோ என்று தோன்றுகிறது. இதில் எதிலும் பரம ரகசியம் என்று எதுவுமே இல்லை. ஆனால் மேலோட்டமாக ஒரு காரணமும், மனத்தடியில் இன்னொரு காரணமுமாக அநேகமாக எல்லாக் கதைகளுக்கும் இருந்திருக்கிறது.

ஒரு கதையைப் பற்றி மட்டும் இங்கு கூற விருப்பம். சுமார் 18 ஆண்டுகளுக்கு முன்பு 'பிரயாணம்' என்றொரு சிறுகதை எழுதினேன். இது ஒரு சுதேசமித்திரன் தீபாவளி மலரில் வெளியாயிற்று 'வாழ்விலே ஒரு முறை' என்று தலைப்பிடப்பட்ட, என்னுடைய முதல் சிறுகதைத் தொகுப்பில் இது உள்ளது. ஹிமாலய மலைச்சாரலில் ஒரு யோகியும் அவர் சீடனுமாக கடும் ஹடயோக சாதனையில் ஈடுபட்டிருக்கிறார்கள்.

ஒரு நாள் யோகி நோய்வாய்ப்பட்டு விடுகிறார். அவர் இறந்துவிடுவார் என்று அவருக்குத் தோன்றிவிடுகிறது. அவருடைய யோக சம்பிரதாயத்தின்படி அவரை ஒரு நதிக் கரையில் சமாதியிட வேண்டும். சீடன் அதற்காக அவரை ஒரு நதிக்கரைக்கு எடுத்துச் செல்ல பிரயாணம் மேற்கொள்கிறான்.

சுற்றிலும் உறைபனி என்றாலும் வெயில் கண்ணைக் கூசுகிறது. குருவை ஒரு பலகையில் கிடத்திப் பலகையை இழுத்துப் போகும் சீடனுக்கு மலையடிவாரம் அடைந்துவிட வேண்டும் என்ற அவசரம். ஒரு முக்கிய காரணம், அவர்களை ஓர் ஓநாய் பார்த்துவிட்டது. நிச்சயம் விரைவில் அது கூட்டமாக வந்து அவர்களைத் தாக்கும்.

இருட்டி விடுகிறது. சீடன் பலகையோடு குருவைக் கீழே கிடத்திவிட்டு, இரவில் பாதுகாப்புக்காகச் சுள்ளி சேகரித்து தீ மூட்டுகிறான். குருவின் மூக்கருகில் கை வைத்து மார்பில் காது வைத்துப் பார்க்கிறான், எந்த இயக்கமும் இல்லை. இனி சடலத்தையாவது பத்திரமாக எடுத்துச்சென்று நதிக்கரையில் அடக்கம் செய்ய வேண்டும்...

இரவெல்லாம் பிணத்தைக் காத்துவிட்டு மீண்டும் விடிந்தவுடன் பிரயாணத்தை மேற்கொள்கிறான். முந்தைய இரவிலிருந்து உணவு உறக்கம் யாதுமில்லாததால் அசாத்தியச் சோர்வு. இம்முறை இருட்டியபோது ஓநாய்கள் வட்டமாக நின்றுகொண்டு மேலே பாய்ந்து குதறிப் போடுவதற்குக் காத்திருக்கின்றன.

தீ மூட்டிவிட்டுக் கையில் கழியுடன் சீடன் காவல் காக்கிறான். அவன் அசையாதிருக்கும்வரை ஓநாய்கள் தாக்குவதில்லை. ஆனால் ஒரு தருணத்தில் நெருப்பைத் தூண்டிவிட வேண்டியிருக்கிறது. அவன் குனிந்தபோது ஓநாய்கள் தாக்கி விடுகின்றன.

சீடன் ஓநாய்களோடு போராடிப் பலவற்றைப் படுகாய முற்று ஓட வைத்துவிடுகிறான், ஆனால் குருவின் சடலத்தைக் காக்க முடியவில்லை. அவனே ஒரு பெரும் பள்ளத்தில் உறைபனிக் குவியலில் விழுந்து விடுகிறான்.

என் பயணம்

அவன் மூர்ச்சை தெளிந்து பார்க்கும்போது எங்கோ இன்னொரு பள்ளத்தில் குருவின் உடல் உருக்குலைந்து கிடக்கிறது, தலையே காணோம்! ஆனால் குருவின் வலது கைப்பிடியில் ஓர் ஓநாயின் கால் இருக்கிறது. அக் கால் ஓநாயின் தோளிலிருந்து பிய்ந்து எடுக்கப்பட்டிருக்கிறது.

சிறுபிராயத்தில் ரவீந்திரநாத்தாகூர் முதன்முறையாகப் பனி படர்ந்த இமயமலையைக் கண்ட அனுபவத்தை விசேஷமாக குறிப்பிட்டிருக்கிறார். அதைப் படித்ததிலிருந்து ஒருவன் அப்படிப் பட்ட மலைப்பிரதேசத்தில் தன்னந்தனியாக இருக்க நேர்ந்தால் அவனுடைய மனநிலையும் உணர்வுகளும் எப்படியிருக்கும் என்று கற்பனை செய்து பார்ப்பது தவிர்க்க முடியாததாக இருந்தது. அநேக யோகிகள் இன்றும் அங்கு தவம் புரிகிறார்கள். அவ்வளவு குளிரிலும், தனிமையிலும் அவர்கள் இயல்பாக இயங்க முடிவதைக் கண்டு பல அயல்நாட்டுப் பிரயாணிகளும் ஆராய்ச்சியாளர்களும் வியந்திருக்கிறார்கள்.

'பிரயாணம்' கதையில் திரும்பத் திரும்ப நேர்வது சீடன் தன்னையறியாமல் ஒருவித 'சமாதி' நிலையை அடைவது. அதை எதிர்த்தவண்ணந்தான் குருவை மலையடி வாரத்துக்கு எடுத்துச் செல்கிறான். யோக சாதனையில் சிறப்பான இறுதிக்கட்டம் இந்த சமாதி நிலை. ஆனால் அதைத்தான் அவன் அச்சந்தர்ப்பத்தில் உதறித் தள்ள வேண்டியிருக்கிறது.

குரு இறப்பதற்கு முன்பு அவரை நதிக்கரைக்கு எடுத்துச் சென்றுவிட வேண்டும் என்றுதான் முயலுகிறான். ஆனால் அவரோ பாதிவழியிலேயே உயிர் நீத்து விடுகிறார். இழுத்துச் செல்வது பிணம் என்றுதான் நினைத்திருக்கிறான். பிணமானால் அது எப்படி ஓர் ஓநாயின் காலை இறுகப் பிடித்திருக்க முடியும்? அதுவும் அந்த ஓநாயின் உடலிலிருந்தே அதைப் பிய்த்து எடுக்கும் படியாக?

இப்படிப் பல கேள்விகளை உள்ளடக்கிய கதையாக 'பிரயாணம்' அமைந்தது நான் திட்டமிட்டதின் பயனாக என்று கூற முடியாது. ஒரு பாத்திரம்—உறைபனி சூழ்ந்த மலைகளில் தனியாக வாழும் ஒரு மனிதன்—இதுதான் என் திட்டமும், துவக்கமும், பிற பின்னல்கள், நிகழ்ச்சிகள், செய்திகள் யாவும் கதையை எழுதும்போது மனமெனும் புதை மணலிலிருந்து வெளிக்கிளம்பிக் கதையில் பொருந்திக்கொண்டவை.

இக்கதையை எழுதத் தூண்டியவை அன்று என்முன் என் கைக்கெட்டும் தூரத்திலேயே இருந்தன. ஆனால் நான் தாகூர் அனுபவத்தைப் படித்ததன் காரணமாகத்தான் 'பிரயாணம்' எழுதினேன் என்று நினைத்துக்கொண்டிருந்தேன்.

இன்று தெளிவாகத் தெரிகிறது, அது ஒன்றுதான் காரணம் என்று சொல்வதற்கில்லையென்று.

சுமார் 25, 30 ஆண்டுகளுக்கு முன்பு தென்னாப்பிரிக்காவிலிருந்து லூசியன் என்ற ஒரு வெள்ளைக்கார இளைஞர் ஹடயோகம் பயில இந்தியா வந்தார். அவருக்கு வயது 20 கூட இருக்காது. ஆனால் அவர் வரும்போதே அவருடைய ஆர்வம் ஒன்றினால் மட்டுமே ஹடயோகத்தின் சில பிரிவுகளில் மிகஉயரிய நிலை அடைந்திருந்தார். அவர் சந்நியாச வாழ்க்கை மேற்கொண்டு தானாக அடைந்தது, முறையான பயிற்சிகளால் அடைய வேண்டியது, இரண்டையும் இணைத்து ஒரு பூரணமான யோகியாவதற்கு வழிகாட்டும் குருவைத் தேடிய வண்ணமிருந்தார். அப்படிப்பட்ட குரு, அந்த இளைஞருக்குப் பொருத்தமான குரு, அவருக்குக் கிடைக்கவில்லை என்றுதான் என் ஊகம். சுமார் 10 அல்லது 15 ஆண்டுகள்வரை நாங்கள் இருவரும் அடிக்கடி சந்திப்போம், மணிக்கணக்கில் பேசிக் கொண்டிருப்போம், சேர்ந்து உணவு உண்போம். மூன்று நான்கு விசேஷமான திரைப்படங்களுக்குச் சென்றிருக்கிறோம். அவர் நான் உரை நடத்த வேண்டிய 'இலக்கியச் சிந்தனை' கூட்டத்திற்குக்கூட வந்திருந்தார். அவரிடமேகூட இந்தக் கதையைப் படித்துக் காட்டியிருக்கிறேன், நாங்களிருவருமே அக் கதையின் சீடனை அடையாளம் கண்டுகொள்ளவில்லை. அவனை (அல்லது அந்தப் பாத்திரத்தை) நாங்கள் இருவருமே ஏதோ எங்கள் பரிச்சயத்துக்கு அப்பாற்பட்ட ஒரு மனிதன் போலத்தான் அன்று விவாதித்தோம்.

'பிரயாண'த்தில் அந்தச் சீடன் பயிற்சி முடிவதில்லை; முடியவும் முடியாது. யோக அனுபவங்கள் அவனுடைய கட்டுப்பாட்டுக்குள் இல்லாதபடி தாமாகவே அவனுள் எழுகின்றன. அவன் பிணம் என்று நினைத்திருந்தது உண்மையில் குரு ஓர் இறுதியோக நிலையில் ஆழ்ந்திருக்கிறார். ஒருவேளை, அதுவே கூட அவனுக்கு ஒரு பயிற்சியாக அவர் நினைத்திருக்கலாம். ஆனால் அவன் அதைத் தவறவிட்டுவிடுகிறான். குரு உயிரோடு இருந்திருக்கிறார் – அவரும் கடுமையாக ஓநாய்களுடன் போரிட்டிருக்கிறார் – ஓர் ஓநாயின் காலையே அதன் உடலிலிருந்து பிய்த்து எடுத்திருக்கிறார்!

என் கதை மூலம் நான் என்ன சொல்ல முயற்சி செய்திருக்கிறேன்? அன்று விளங்கவில்லை. இன்று புரிகிறது. எவ்வளவு உயரிய குரு கிடைத்தாலும், சீடன் எவ்வளவு தான் முனைப்பாக இருந்தாலும், வாழ்க்கை சில தருணங்களில் அவனுக்கு முழுப்பயனை அளிக்க மறுத்துவிடுகிறது.

லூசியன் சாமியார் திடீரென்று ஒரு நாள் மறைந்து போனார். வடக்கே சென்றுவிட்டார், திருமணம் செய்து கொண்டு கிரகஸ்தனாக மாறினார் என்றுகூடக் கேள்விப் பட்டேன். நானறிந்தவரை அவருக்குக் குரு கிடைக்கவில்லை. ஆதலால் இன்னும் என் பிரார்த்தனை அவர்க்குரிய குருவை அவர் அடைந்திருக்க வேண்டும் என்பதுதான்.

இப்படியும் தோன்றுகிறது... 'பிரயாணம்' லூசியன் சாமியாரைப் பற்றித்தான் என்று நினைத்துக்கொண்டிருக் கிறேன். ஒருவேளை அதுவும் தவறோ? அந்தச் சீடன் வேறு யாரும் இல்லை, நானேதானோ?

கதைக்களஞ்சியம், 1986

என் பாத்திரங்களில் எனக்குப் பிடித்தது

"உம், வேறே என்ன செய்வது? நானும் உன் பேச்சைக் கேட்டுக்கொண்டு அலைகிறேனே?" என்று அலுத்துக்கொள்கிறான் சந்தர்.

ஆனால் அவனுக்கு சுஜாதாவைப் பார்த்துப் பரிதாப உணர்ச்சியும் தோன்றுகிறது. இருவரும் சேர்ந்து புதுடில்லி நாடகப் பள்ளியில் படித்தவர்கள். அவர்கள் படித்ததைச் சென்னையில் பயன்படுத்திக் கொள்ள யாருமில்லை. ஒரு நாடகப் பள்ளியில் ஓய்வு நேர ஆசிரியர்களாகத்தான் வேலை கிடைக்கிறது. அதிலும் திருப்தியில்லை. அந்தப் பள்ளிக்கு எஸ்.எஸ்.பி. என்ற அம்மாள் 'சேர்மென்'. சமூகத்தில் அவளுக்குள்ள அந்தஸ்து சுஜாதா, சந்தர் போன்றவர்களைத் துச்சமாக நடத்த வைக்கிறது. இந்த வேலையை விட்டால் வேறு இவர்களுக்குத் தகுந்த வேலை கிடைக்காது. ஏன், வேலையே கிடைக்காது!

இதற்கு நிவாரணமாகத்தான் சுஜாதா எப்படி யாவது சந்தரை ஒரு சினிமா ஹீரோவாக்கிவிட வேண்டும் என்று முயற்சி செய்கிறாள்.

ஆனால் அவன் படித்தவன், முறையாக நடிப்பை ஒரு பயிற்சிச் சாலையில் கற்றவன் என்றெல்லாம் தெரியவரும்போது, அந்த நாளைய தமிழ்த் திரைப்படக்காரர்கள். "உங்கள் புகைப்படத்தைக் கொடுத்துவிட்டுப் போங்கள்,

நாங்கள் சொல்லி அனுப்புகிறோம்" என்று சொல்கிறார்கள். அவர்கள் சொல்லி அனுப்பப் போவதில்லை என்று சந்தருக்குத் தெரிகிறது.

சுஜாதா விடாப்பிடியாக அவளுக்குத் தெரிந்தவர்கள், உறவினர்கள் எல்லாரிடமும் சந்தரை அழைத்துச் செல்கிறாள். அவளிடம் யாருமே தவறாக நடந்துகொள்வதில்லை. அவளுக்கும் சந்தருக்கும் இன்னும் திருமணம் என்று நடக்காத போதிலும், சந்தர் வீட்டில்கூட சுஜாதாவை யாரும் தப்பாகப் பேசுவதில்லை.

அந்த அளவுக்குக் கண்ணியமும் சுயமரியாதையும் நேர்மையும், யாரிடமும் உண்மையான அன்பு பாராட்டும் இயல்பும் அவளிடம் இருக்கிறது. அவளுக்குத் தன் முன்னேற்றம் பெரிதில்லை. எப்படியும் தொடர்ந்து எஸ்.எஸ்.பி.யிடம் மனங்குன்றி வேலை செய்ய வேண்டிய நிலையிலிருந்து சந்தரைக் காப்பாற்றிவிட வேண்டும். அவளுக்கு எஸ்.எஸ்.பி.யிடம் எந்த மனஸ்தாபமும் கிடையாது. பார்க்கப்போனால், சந்தர் மட்டும் இல்லாது போனால் சுஜாதா, எஸ்.எஸ்.பி.க்கு மிகவும் வேண்டப்பட்டவளாக இருக்கக் கூடும். இது சந்தருக்கு நன்கு தெரிகிறது.

சந்தருக்கு சுஜாதா பற்றி இன்னும் எவ்வளவோ தெரிகிறது. சந்தருக்காக அவள் ஜோசியம் பார்க்கிறாள். யாரையாவது சந்தித்தால் எப்போதும் தன்னைவிடச் சந்தர்தான் உயர்ந்தவன் என்று அவளே பின் தங்கியிருப்பாள். அநேக நாட்களில் சந்தர் நடத்த வேண்டிய வகுப்புகளையும் அவளே சேர்த்து நடத்திவிடுவாள். அவளுடைய பழம்புடவைகளைத் தந்திரமாக கிழிசல் வெளியே தெரியாமல் கட்டிக்கொள்வாள். அவளுக்கு வரும் சிறு வருவாயில் பெண்கள் விடுதிக்குப் பணம் கொடுத்து ஊரிலிருக்கும் பெற்றோர்களுக்குப் பணம் அனுப்பிய பின், அவளிடம் மிஞ்சக் கூடியது மிகவும் குறைவுதான். இருந்த போதிலும் சந்தருடன் வெளியே போகும்போதெல்லாம் முகம் சுளிக்காமல் அவள்தான் செலவு செய்வாள். சந்தரின் அலுப்பு, கோபம், தாபம், ஆத்திரத்திற்கு வடிகால் போட, பொறுமையாக அவன் சொல்வதையெல்லாம் கேட்டுக்கொண்டிருப்பாள்.

இவ்வளவிற்கும் சந்தர் அவளுக்குச் செய்யும் பிரதி பலன்? எப்போதாவது அவளுடைய புடவைகளுக்கு இஸ்திரி போட்டுத் தருவான். அதுவும் அவனுக்குப் பிடிக்காமல் போய்விட்டது. . .

இந்தத் தருணத்தில்தான் சுஜாதாவின் விடாமுயற்சிக்குப் பலன் கிடைத்தது. சித்தார்த்தா என்ற பிரபல டைரக்டர் சந்தரைப் பார்க்கச்சம்மதித்துவிட்டான் என்று சுஜாதாவினுடைய

உறவினன் பிரகாஷ் ராவ் சொல்லியனுப்புகிறான். மூவரும் இரவு எட்டரை மணிக்கு சித்தார்த்தாவின் வீட்டுக்குக் கிளம்புகிறார்கள்.

சந்தருக்கு சித்தார்த்தா பற்றி ஒரு விஷயம் மனதில் மேலோங்கி இருக்கிறது. சித்தார்த்தாவின் படங்களில் கதாநாயகிகள் உயிரைக் கொடுத்துச் சிறப்பாக நடித்திருப் பார்கள். அந்தப் படம் எடுத்து முடியும்வரை வீடு, வாசல் கணவன், பெற்றோர் எல்லாரையும் துறந்துவிட்டு சித்தார்த்தாவே கதி என்றிருப்பார்கள்.

சித்தார்த்தா அவர்களை வரவேற்கிறான். பிரகாஷ் ராவ் சந்தரை அறிமுகம் செய்துவைக்கிறான். ஆனால் சித்தார்த்தா சுஜாதாவைப் பார்த்து, "நீ மிஸ் சுஜாதா ஆனந்த ராவ்தானே?" என்று கேட்கிறான்.

"ஆம்."

"டில்லி இன்ஸ்டிடியூட்டில் 'மிருச்சகடிகா' நாடகத்தில் நீதானே வசந்த சேனையாக நடித்தாய்?"

"ஆமாம்."

"மை காட்! நான் உனக்காக எங்கெல்லாம் தேடினேன் தெரியுமா?"

உண்மையிலேயே சித்தார்த்தாவுக்கு சுஜாதாவைப் பார்த்ததில் அளவு கடந்த உற்சாகம். அவனுடைய அடுத்த படத்தில் அவளே கதாநாயகியாக நடிக்க வேண்டும் என்கிறான். அது சரத்சந்திரர் எழுதிய 'சந்திரநாத்' நாவல். சுஜாதாவுக்கு சரயூ பக்கம்!

சுஜாதா தட்டிக் கழிக்கப் பார்க்கிறாள். அவள் அங்கு வந்ததற்கு ஒரே காரணம் சந்தருக்கு ஒரு வாய்ப்பு வேண்டும் என்பதற்காகத்தான்.

"இந்தப் படத்தில் அவருக்கு வேஷம் ஒன்றும் இல்லை, பிற்பாடு சொல்லியனுப்புகிறேன்," என்கிறான் சித்தார்த்தா. மீண்டும் சுஜாதாவை தன்னுடைய படத்தில் நடிக்க வேண்டு மென்று வற்புறுத்துகிறான். ஆனால் சுஜாதா சரியென்று சொல்வதில்லை.

பிரகாஷ் ராவ் சென்றுவிடுகிறான். சுஜாதா சந்தருக்கு சைனா பஜார் புகாரி ஹோட்டலில் டிபன் வாங்கித் தருகிறாள். சந்தர் வீடு அருகில்தான் இருக்கிறது. சந்தர் விரைப்பாக இருக்கிறான்.

"நான் ரொம்ப நம்பிக்கையோடு இருந்தேன்" என்று சுஜாதா கூறுகிறாள்.

"இப்போது மட்டும் என்ன? உன்னை ரொம்பப் பிடித்திருக்கிறது"

"எனக்குப் பிடிக்கவில்லையே!"

"அப்படிச் சொல்லிவிடாதே. மூன்றே மாதத்தில் நீயும் பெரிய ஸ்டார் ஆகிவிடலாம்."

இது மட்டும் இல்லை. சுஜாதாவைத் தனியே விட்டு சந்தர் வேகமாகச் சாலையில் விரைகிறான். "சந்தர்!". என்று அழைத்தபடியே அவன் பின்னால் அவள் செல்கிறாள். அதற்கு அவள் மீது எரிந்து விழுகிறான்:

"நீ படித்தவளா?"

"உனக்கு என்ன ஆயிற்று! நான் சினிமாவில் சேருகிறதாகவே இல்லை"

"உன்னை விரும்பித் தேடி அலைந்து ஒருவன் வருஷக் கணக்காக ஏங்கிக்கொண்டிருக்கிறான். அவனைக் கை விட்டு விடுவாயா? நீ வசந்தசேனை இல்லையா?"

"என்ன பச்சைக் குழந்தை மாதிரிப் பேசுகிறாய்? இன்றைக்குப் போனதே உனக்காகத்தான்!"

"நான் வெறுமனே ஒரு காரணம். உன்னை பிரகாஷ் ராவ் அழைத்துக்கொண்டு போனான். சித்தப்பா பிள்ளை தானே அவன்? ஒரு பெண்ணை மட்டும் தனியே அழைத்துக்கொண்டு போக அவனுக்குக்கூடக் கொஞ்சம் கூச்சம் இருக்காதா?"

இதோடு மட்டுமில்லை. சந்தர் அந்த இரவு வேளையில் சுஜாதாவை நடுத்தெருவில் விட்டுவிட்டு, அவன் வீட்டுக் கதவைத் தாளிட்டுக்கொண்டு விடுகிறான்.

சிறிது நேரம் கழித்து மெதுவாகத் திறந்து பார்க்கிறான். அங்கு சுஜாதா இல்லை. அவளுடைய விடுதிக்குப் போயிருப்பாள்; அவள் அறைக்குப் போன பின் அழுவாள்.

இதெல்லாம் சந்தரால் ஊகிக்க முடிகிறது. அத்துடன் சுஜாதா இனி அவனை விட்டு என்றென்றுமாகப் பிரிந்து விட்டாள் என்றும் தெரிகிறது.

மூன்று வருட காலம் அவனுக்காக அவள் எவ்வளவோ தியாகங்கள் புரிந்திருக்கிறாள். அவன் நலனே தன் நலன்

என்றிருந்திருக்கிறாள். ஆனால் அப்படிப்பட்டவளையும் மனதை முறித்து அவன் ஓடச் செய்துவிட்டான்.

பெண்களுக்குத்தான் எவ்வளவு பொறுமை? தன்னுடையவன் என்று அவர்கள் ஏற்றுக்கொள்பவனுக்காகத் தான் எவ்வளவு சிறுமைகளையும், அவதிகளையும் அனுபவிக்கிறார்கள்! எவ்வளவு விடாமுயற்சி, எவ்வளவு நம்பிக்கை! எங்கோ ஒரு மூலையில் அவர்களுடைய பெண்மை உள்ளம் அமுங்கிப் பதுங்கியிருக்கிறது. ஆனால் அதைப் புண்படும்படிச் செய்துவிட்டால் அவர்கள் ஆதாரமே அறுந்துவிடுகிறது. அதன் பிறகு அந்த உறவு அவர்களுக்கு அர்த்தமற்றதாகிவிடுகிறது.

ஒரு பெண்ணின் அளக்கவியலா நுணுக்கங்ளையும் திடத்தையும் சிக்கல்களையும் ஓரளவாவது எனக்கே தெளிவு படுத்தியது 'இனி வேண்டியதில்லை' என்ற குறுநாவல். அதை 1968இல் எழுதினேன். இக்குறுநாவலின் நாயகி சுஜாதா நான் படைத்த படைப்புகளில் எனக்கு மிகவும் பிடித்த பெண் கதாபாத்திரம்.

***மங்கை*, 1980**

ஒருக்கால் சுதேசமித்திரன்...

இந்த 'காலம்' மூலம் வாராவாரம் வாசகர்களைச் சந்திக்க வாய்ப்பு ஏற்படுவதில் மிகவும் மகிழ்ச்சி அடைகிறேன். இது எல்லா அரசியல்வாதிகள் கூறுவதுபோல இருக்கலாம். ஜனநாயக அமைப்பில் பெருவாரியான மக்களோடு எப்போதும் தொடர்புகொண்டிருப்பது மிகவும் பயனுள்ளதாகும். ஒரு தேர்தலில் தோல்வி கண்டாலும் மீண்டும் அடுத்த தேர்தலில் பெரும் சக்தியாக வெற்றி பெற முடிந்ததற்கு நமது நாட்டில் பல எடுத்துக்காட்டுக்கள் இருக்கின்றன. முதலில் காமராஜ். தி.மு.க. பதவிக்கு வந்த 1967ஆம் ஆண்டில் தோல்வியுற்ற காமராஜ் அதற்காக மக்கள் தொடர்பைக் குறைத்துக்கொள்ளவில்லை. அதன் விளைவு ஒரு மக்கள் சபை இடைத்தேர்தலில் பெரு வெற்றி பெற்று மீண்டும் தேசிய அரசியலில் ஓரிடம் பெற்றார். மிகப்பெரிய எடுத்துக்காட்டு, மறைந்த பிரதமர் இந்திராகாந்தி அவர்கள். இன்று சென்னையிலும் தமிழகத்திலும் கணிசமான ஆதரவாளர்கள் கொண்டிருக்கும் தி.மு.க. தலைவர், கலைஞர் கருணாநிதியும் இன்னொரு சிறந்த எடுத்துக்காட்டு.

இப்படி வாரம் ஒரு முறை ஒரு 'காலம்' அல்லது பத்தி மூலம் வாசகர்களைச் சந்திப்பது எனக்கு இது முதல் தடவையல்ல. பல ஆண்டுகள் முன்னால் சுதேசமித்திரன் பத்திரிகை பழைய சுதேசமித்திரனாக ஒரு பழைய கட்டிடத்திலிருந்து வெளிவந்துகொண்டிருந்தபோது இப்படி வாரம்

ஒரு முறை 'சித்தலிங்கம்' என்ற பெயரில் வாசகர்களைச் சந்தித்துக் கொண்டிருந்தேன். ஒரு வாரத்திற்கு எழுதிக் கொடுத்தவுடனேயே அடுத்த வாரத்திற்கு எழுத ஆரம்பித்துவிடுவேன். வாரம் எல்லாம் எழுதிக்கொண்டிருப்பேன். திடீரென்று அந்தப் பத்திரிகை சுறுசுறுப்பான அரசியலில் ஈடுபட ஆரம்பித்தது. அப்போது தினமும் சந்திக்க வேண்டிய அவசியம்! ஆதலால் சிறிது நாட்கள் 'கிங்கர'னாகச் செயல்பட்டேன். எனக்கு அந்தப் பெயர் சற்றும் பிடிக்கவில்லை. ஆனால் ப. சிதம்பரம் அவர்கள் முன் நின்று, 'போய்யா, போ! நான் எழுத மாட்டேன்' என்று சொல்ல மனம் வரவில்லை. அவர் என் நண்பர். இன்னொரு காரணம் அவர் குரல் சற்று உரக்க இருக்கும். நான் என்னை மீறிக் கிங்கரனாகச் செயல்பட்டு வர, என்னை அசல் கிங்கரனாகவே 'முரசொலி' முதலிய வெளியீடுகள் நினைத்தன அப்போது ஒரு சிறு திருப்பம். எனக்கு வெளிநாடு செல்ல ஓர் அழைப்பு வந்தது. மீசை, தாடி, கிருதா, தலை விரித்த மயிர் எல்லாவற்றையும் களைந்துவிட்டு அந்த இடத்தைவிட்டு அகன்றேன். என்னைப் போல ஒரு கிங்கரன் அப்புறம் கிடைக்கவேயில்லை. அப்புறம் கிங்கரன், சுதேசமித்திரன் இரண்டுமே காணாமல் போயின.

1

அரசியல் இல்லாத விவகாரம் ஏது என்று முப்பது வருடங்கள் முன்பு ஒருவர் என்னிடம் அடித்துக் கூறிய போது நான் இதெல்லாம் இல்லையா என்று பலவற்றை அடுக்கினேன். அறியாமை மாதிரி ஆயுதம் வேறில்லை. அவர் பிரமித்துப்போய், சற்றுக் குழப்பமும் அடைந்து விலகிப்போனார். இன்று அந்த ஒரு விஷயத்தில் என் அறியாமை குறைந்திருக்கிறது. இப்போது என்னால் அரசியல் இல்லாத விவகாரம் என்று ஒன்றையும் கூற முடியவில்லை. ஹரே கிருஷ்ணாக்காரர்களின் தேரோட்டம் என்ன என்று ஒருவர் கேட்கலாம். இன்னொருவர் மாண்டலின் சீனிவாச ராவ் சங்கீதத்தில் என்ன அரசியல் இருக்கிறது என்று கேட்கலாம், அறியாமை! சுத்த அறியாமை!

நான் அரசியல் கிங்கரனாகப் பரட்டைத் தலையும் பட்டாக் கத்தியுமாகப் பேனா வீசிக்கொண்டிருந்தபோது ஒவ்வொரு நாள் காலையிலும் ஓர் ஆலோசனைக் கூட்டம் நடக்கும். சுதேசமித்திரன் பத்திரிகை தீவிர அரசியல் பத்திரிகையாக மாறிவிட்டது! பாரதியார் போன்றவர்கள் பங்கு பெற்ற நூறாண்டுப் பத்திரிகை. பக்குவமான அரசியல் ஆய்வுகள், அரசியல் விளக்கங்கள், அரசியல் தகவல் பரிமாற்றங்கள் எல்லாக் காலத்திலும் இருந்திருக்கிறது. ஆனால் இப்போது ஒரு அரசியல் கட்சியின் பத்திரிகையாக மாறிப் போனதில்

அதன் குரலும் அது காட்டும் பாதையும் இப்படித்தான் இருக்கும் என்று நிர்ணயிக்கப்பட்டு விட்டது. கிங்கரனாகிய என் பொறுப்பு சுதேசமித்திரன் அப்போது தாக்கி வந்த தி.மு.க. அரசை நான் கிண்டல் செய்ய வேண்டும். தினசரி காலை ஆலோசனைக்கூட்டம் எந்த ஒரு குறிப்பிட்ட விஷயம் குறித்து நான் பரிகசிக்க வேண்டும் என்று முடிவு செய்வதற்காகக் கூடும்.

முதல் சில நாட்களில் வெகு ஜரூராக எல்லோரும் கூடிவிடுவோம். நான், ப. சிதம்பரம், சுதேசமித்திரனின் பொறுப்பாசிரியரான சி. ஸ்ரீனிவாசன், பெரியவர். பெரியவர் என்று நாங்கள் கூறிக்கொள்வது எம். பக்தவத்சலம் அவர்கள். இந்தக் கிங்கரன் விஷயத்திற்கு இவர் எதற்கு என்று நான் அவர் வருவதற்கு முன்பும் வந்ததற்குப் பின்பும் நினைப்பேன். கிங்கரனாகக் கிண்டல் செய்வதிலும் ஒரு பாகுபாடு இருக்க வேண்டும் என்று நான் உறுதியாக இருந்தேன். தி.மு.க. அரசைத் தாக்கத்தான் விமர்சகப் பத்திரிகையாளர்கள் இருக்கிறார்கள். நான் கட்சிப் பிரமுகர்கள் ஏதாவது உளறிக் கொட்டினால் அதை வைத்து மட்டும் கிண்டல் செய்தால் போதும் என்று அபிப்பிராயப்பட்டேன். எந்த ஆளுங்கட்சித் தலைவர்கள் உளறுவதில்லை? சில தருணங்களில் ஆலோசனைக் கூட்டம் கூடுவதற்கு முன்பேகூட நானாக ஒரு கிங்கரக் கட்டுரை எழுதித் தயாராக வைத்திருப்பேன். ஆனால் அது ஏற்கப்படும் என்று உறுதியாக இருக்க முடியாது. நான் எழுதியதற்கு மாறாக வேறு எழுத வேண்டியிருந்தால் அடுத்த நாள் நான் சுதேசமித்திரன் திசையில் தலை வைத்துப் படுக்க மாட்டேன் ‘கிங்கரன்’ கட்டுரை, பத்திரிகையின் தவிர்க்க முடியாத அம்சமாக மாறிவிட்டிருந்தபடியால் முந்தைய தினம் நான் எழுதிய கட்டுரை வெளிவந்துவிடும். இப்படியாக நானும் சுதேசமித்திரனின் பொறுப்பாளர்களும் ஓடிப்பிடித்து விளையாடிக்கொண்டிருந்தோம். என்னை மாதச் சம்பளத்துக்குச் சேர்த்துவிட்டால் இந்தத் திடீர் தலைமறைவு குறையும் என்று நினைத்தார்கள். நான் கேட்ட சம்பளத்துக்குப் பிறகு நான் தலைமறைவாவதே மேல் என்று தோன்றியிருக்க வேண்டும்.

கிங்கரனாக சித்திரகுப்தன் சொன்ன நபர்களின் உயிரை வாங்காமல் நான் தி.முக. பிரமுகர்களின் உயிரை வாங்கிக் கொண்டிருந்தேன். கூடவே சுதேசமித்திரன் வாசகர்களையும் தான். பெரியவர் சொல்லி ஒரு நாடகம்கூட எழுதினேன்! அதற்குப் பரிகாரமாக நான் செய்யக் கூடியது அன்றைய சுதேசமித்திரன் பிரதிகள் என் கைக்குக் கிடைத்ததெல்லாம் கிழித்துப் போடுவதுதான். இப்போது அந்த கிங்கரக்

கட்டுரைகளைத் திரும்ப படிக்கும்போது நான் அவ்வளவு கூச்சப்பட்டிருக்க வேண்டியதில்லை என்று தோன்றியது. சில இடங்களில் நன்றாகவேகூட அமைந் திருந்தன. நான் தொடர்ந்து கிங்கரனாக எழுதியிருந்தால் தி.மு.க . மீது மக்களுக்கு ஏராளமாக மதிப்பு கூடி இருக்கும். ஒருக்கால் இன்று அது ஆளுங்கட்சி யாகக் கூட இருந்திருக்கும். ஒருக்கால்தான்.

3

சுதேசமித்திரன் நூறாண்டுக் காலப் பத்திரிகை. ஆரம்பத்தில் அதன் அச்சகமும் காரியாலயமும் எங்கெல்லாமோ இருந்திருக்கக்கூடும். நானறிந்து அது அண்ணா சாலையில் இன்று விஜிபி சகோதரர்கள் வைத்திருக்கும் பெரிய கடையுள்ள கட்டிடத்தில் இருந்தது. சென்னையிலுள்ள மிக அழகிய கட்டிடங்களில் அதுவும் ஒன்று. 'விக்டரி ஹவுஸ், என்று பெயர். அந்த நாளில் 'விக்டரி' அல்லது வெற்றி என்றால் அது முதல் உலக யுத்தத்தில் நேச நாடுகள் அடைந்த வெற்றியைத்தான் குறிக்கும்.

பாரதியார் பணிபுரிந்த பத்திரிகை என்று *சுதேசமித்திர* னுக்குப் பெருமை உண்டு. நூறாண்டுப் பத்திரிகையில் அவர் மொத்தம் இருபது மாதங்கள் பணிபுரிந்திருப்பார். அதேபோல மதுரை சேதுபதிப் பள்ளிக்கும் பாரதியார் பணிபுரிந்த பள்ளி என்ற பெருமை உண்டு. தற்காலிக ஆசிரியராக, நான்கு மாதங்கள் அவர் அப்பள்ளியில் வேலையிலிருந்தார்.

பாரதியாருக்கு இந்தவொரு விதத்தில் நான் இணை என்று கூறிக்கொள்ளலாம். என்னுடைய *சுதேசமித்திரன்* வாழ்வும் இரண்டாண்டுகளுக்குள் முடிந்து விட்டது.

வெற்றி மாளிகை என்று பெயரிருந்தாலும் ஏனோ அக்கட்டிடத்தினுள் காலடி எடுத்து வைக்கும்போது வெற்றிகள் பற்றிய நினைவு வராது. விடியற்காலையில் சென்னை சென்டிரல் ரயில் நிலையத்துக்குப்போன மாதிரி இருக்கும். எவ்வளவு உயரக்கூரையுடைய பிரம்மாண்டமான அறை! ஒரே இருட்டாக இருக்கும். அங்கொன்றும் இங்கொன்றுமாக உட்கார்ந்து வேலை செய்பவர்கள் தலைமீது ஒரு மின்சார விளக்கு மங்கலாக ஒளி வீசும். அந்த அறை நடுவில் ஆளுயரத்துக்கு மண்ணினால் செய்யப்பட்டு வர்ணம் பூசப்பட்ட லட்சுமி விக்கிரகம் இருக்கும். மிகச் சாதாரணக் கண்களுக்குக்கூட அந்த விக்கிரகம் அழகுடையதாகத் தோன்றாது. அதற்குப் பூஜை, கற்பூர ஆரத்தி முதலியன செய்வார்கள். *சுதேசமித்திரன்* பத்திரிகையின் ஏற்றத்தாழ்வுக்கு இந்த விக்கிரக ஆராதனை காரணம் என்று யாராவது கூறினால் நான் அதை நம்புவேன்.

மீண்டும் அந்த அறையின் கூரை பற்றிதான் கூறத் தோன்றுகிறது. எவ்வளவு உயரம்! நான் பார்த்த அளவுக்கு ரயில் நிலையங்களில்தான் இவ்வளவு உயரக் கூரை இருக்கும் சுவரோரமாக மட்டும் பரண் மாதிரிப் பலகைகளால் ஒரு பால்கனி அமைத்து அதில் வரிசையாக மேஜை நாற்காலிகள் போட்டு ஆட்கள் வேலை செய்துகொண்டிருப்பார்கள். அவர்கள் எட்டிப் பார்த்தால் கீழே வேலை பார்த்துக் கொண்டிருப்பவர்களின் உச்சந்தலை தெரியும்.

சுதேசமித்திரன் பக்கங்களில் நான் கொடூரக் கிங்கரனாக எழுதினாலும் இந்த உயரக் கூரை இருட்டு சுதேசமித்திரன் காரியாலயத்தில் வெறும் புழு நான் மட்டும் இல்லை. அந்த இடத்தில் வேலை பார்த்தவர்கள் எல்லாருக்குமே உலகமே வெறும் துச்சமானது.

இவர்களிடம் சென்று நான் மாதமொரு முறை என்னுடைய கிங்கர சேவைக்குப் பணம் வாங்க வேண்டும்.

நான் முதலில் ஆசிரியரிடம் போவேன். எதோ ஒரு பெயர் சொல்லி, 'அவரிடம் வவுச்சர் போடச் சொல்லுங்கள்', என்பார். நான் அந்த மனிதரிடம் போவேன். "நீங்க இப்ப தானே வாங்கிண்டு போனீங்க?" என்பார். நான் பணம் வாங்கி இரு மாதங்கள்கூட ஆகியிருக்கும். பத்திரிகை அளவுக்கு ஒரு பெரிய நோட்டுப்புத்தகத்தை எடுத்துக் கணக்குப் பார்க்க ஆரம்பிப்பார். திடீரென்று ஏதோ நினைவுக்கு வந்ததுபோல, "போய் காஷியரிடம் பணம் இருக்கிறதான்னு கேட்டுண்டு வாங்க," என்பார். காஷியர் என்றும் வாய் திறந்து பேசி நான் பார்த்ததில்லை. அவர் நாக்கைச் சூள் கொட்டுவதிலிருந்து நாமாக புரிந்துகொள்ள வேண்டும். அவர் ஒழுங்காகப் பேசாததினாலேயே அங்கு எப்போதும் பணத் தட்டுப்பாடு நேருகிறதோ என்று எனக்குச் சந்தேகம். பழையவரிடம் வருவேன். என்றுமே முதன்முறையாகக் கணக்குச் சரியாக இருந்தது கிடையாது. எப்போதும் குறைந்தே இருக்கும். அவர் எழுதும் சீட்டில் ஒட்ட ரெவென்யூ ஸ்டாம்பு நான் தயாராக வைத்திருக்க வேண்டும். கையெழுத்திட்டு மீண்டும் அவரிடம் தருவேன். அவர் அதையும் அந்த பெரிய நோட்டுப் புத்தகத்தையும் யாரிடமோ அனுப்ப ஆபிஸ் பையனுக்காகத் தேடுவேன். அவரிடமிருந்து அது நகர்ந்தவுடன் நான் லட்சுமி அருகில் கிடந்த பெஞ்சில் போய் உட்கார்ந்துகொள்வேன்.

லட்சுமியின் முகம் சோகமாக இருக்கும். அப்படிப்பட்ட பொம்மைகளை மிகச் சாதாரண வீட்டுக் கொலுவில்கூட வைக்க மாட்டார்கள். கோரமாக வர்ணம் பூசப்பட்டிருக்கும். நான்

பெஞ்சின் மீது உட்கார்ந்து கொண்டு லட்சுமியின் முகத்தையே பார்த்தபடியிருப்பேன்.

அரை மணி கழித்து காஷியர் என் திசை திரும்பித் தலையை அசைப்பார். அவரை யாரும் வாய்ச்சொல் வீரர் என்று பரிகசிக்க முடியாது. மவுன விரதமும் பூண்டு பத்திரிகை காஷியராகவும் பணி புரிந்த ஒரே நபர் மூவுலகிலும் அவராகத்தான் இருக்க முடியும். அவர் பலமுறை எண்ணிக் கொடுத்த பணத்தை அப்படியே பையில் போட்டுக்கொண்டு வெளியே வருவேன். அதை வைத்துக்கொண்டு நான்கு முறை டிபன் சாப்பிடலாம்.

கிங்கரனாக நான் இன்னும் சில நாட்கள் நீடித்தால் எப்படி யாவது அந்த காஷியரைப் பேச வைக்க முயல வேண்டும் என்று நினைத்துக்கொள்வேன். நான் நீடித்தால்... சுதேசமித்திரன் நீடித்தால்... எல்லாம் ஒருக்கால்தான்.

4

நான் *சுதேசமித்திரன்* பத்திரிகையில் கிங்கரனாக நடித்துக் கொண்டிருந்தபோது அன்றைய தமிழ்ப் பத்திரிகைகள் எல்லாவற்றுக்கும் கிங்கரனாக இருந்தது *அலை ஓசை.* இந்த *அலை ஓசைப்* பத்திரிகையின் வாழ்க்கையும் அதன் பெயர் போலவே எப்படி எல்லாமோ அலைபாய்ந்தது. முதலில் அது தீவிர தி.மு.க. எதிர்ப்புப் பத்திரிகையாகத்தான் இருந்தது. பல மாத காலம் நீண்டிருந்த சிம்சன் தொழிலாளிகளின் வேலை நிறுத்தத்தால் அத் தொழிலாளிகளின் குடும்பங்கள் பட்டினி கிடந்தாலும் அலை ஓசை பத்திரிகைக்கு அதுவே நீடித்த விருந்தாக இருந்தது. உண்மையில் நாடு சுதந்திரம் அடைந்த பிறகு ஒரு குறிப்பிட்ட பிரச்சினையால் மக்களிடையே அபாரச் செல்வாக்குப் பெற்ற தமிழ் பத்திரிகை ஒன்று இருக்குமானால் அது அலை ஓசை பிரச்சினை, 'சிம்சன் தொழிலாளிகளின் வேலை நிறுத்தம் வாக் அவுட்'

இந்த *அலை ஓசை* செல்வாக்குதான் தானும் அடைய வேண்டியதாக *சுதேசமித்திரன்* பத்திரிகையின் இலட்சியமாக இருந்தது. "நேற்று வந்தது என்ன சக்கை போடுகிறது! தொண்ணூறு வருஷம் வாழ்ந்த இந்தப் பத்திரிகை இப்படி நொண்ட வேண்டியிருக்கிறதே?" என்று சம்பந்தப்பட்டவர்கள் சிலராவது வருத்தம் கொண்டிருக்க வேண்டும். சிம்சன் பிரச்சினையில் அலை ஓசை மற்றெல்லாப் பத்திரிகைகளை விடப் பரபரப்பாகப் பயன்பெற்று வந்தது ஒரு திட்டமிட்ட நிகழ்ச்சி என்று எனக்குத் தோன்றவில்லை. எழுபதுகளின் தொடக்கம் அமைதியின்மையில்தான் இருந்தது. சிறிய நிறுவனம், பெரிய நிறுவனம் என்ற பாகுபாடு இல்லாமல் ஆண்டுக்கு

ஒருமுறையாவது வேலை நிறுத்தம் நடக்கும். தீபாவளிக்கு ஒரு மாதம் முன்னிலிருந்து அணிவகுப்பு நிகழ தொடங்கும். ஒரு பக்கம் பாண்டவத் தொழிலாளிகள். இன்னொரு பக்கம் கௌரவ முதலாளிகள். (தமிழில்தான் சிலேடை எவ்வளவு எளிதாக நேருகிறது?) யூனியன் தலைவர்கள் கண்ணனாகத் தூது போவார்கள். துரியோதனாதிகள் 20 சதம் போனஸ் தர மாட்டோம் என்பார்கள். சென்னைத் தெருக்கள் குருட்சேத்திரக் களமாகிவிடும்.

எனக்கு இந்த போனஸ் பரபரப்பு வியப்பாக இருக்கும். எழுத்தாளன் என்றான பிறகு எழுதியதற்கு ஏதாவது கொடுத்தால் அதுவே பெரிய போனஸாக இருக்கும். கிங்கரன் கட்டுரைப் பணத்தை வைத்துக்கொண்டு இரண்டாந்தர சிற்றுண்டிச் சாலையில் இரு முறை காபி குடிக்கலாம். பத்திரிகைகளின் கௌரவ முதலாளிகள், கிங்கரன்கள் எமலோகத்தில் எப்படியும் மூச்சு முட்டச் சாப்பிடுவார்கள், அவர்களுக்கு அதுபோதும் என்றிருக்கலாம்.

அலை ஓசை பத்திரிகைப் பிரதிகள் மூன்று மணிக்கெல்லாம் சென்னைக் கடைகளை எட்டி விடும். நாலு மணிக்கெல்லாம் தெருவில் போவோர் வருவோர் கையிலெல்லாம் ‘அலை ஓசை’ பிரதி இருக்கும். சிம்சன் நிர்வாகத்துக்கு வேண்டியவர்கள், வேண்டாதவர்கள், தொழிலாளிகள், தொழிலாளிகள் நலம் விரும்புவோர், தொழிலாளிகளே திமிர் பிடித்த கும்பல் என்று நினைப்பவர்கள், தி.மு.க.வினர், தி மு.க. எதிர்ப்பாளர் எல்லாரும் இந்த *அலை ஓசை* பத்திரிகைக்காக அலை பாய்ந்தனர். மிகவும் கௌரவமான தமிழில் கௌரவமான விஷயங்களே தெரியப்படுத்தி வரும் *சுதேசமித்திரன்* பிரதிகள் கடைகளை அடைவதற்கு மாலை நான்கரையாகி விடும். படங்கள் நிறைந்த நடுநிலை ஏடு *மாலை முரசிடமும்* சிம்சன் பிரச்சினையின் அதிகாரப் பூர்வமான வரலாற்று தஸ்தாவேஜாக ஏற்கப் பட்டிருந்த *அலை ஓசையிடமும் சுதேசமித்திரனின்* இந்த ஐந்து மணிப் பிரவேசம் திரைப்படம் முடிந்து எல்லாரும் எழுந்துபோன பிறகு காட்டும் விளம்பரப்படம் போலிருந்தது. இந்த வேலை முடித்து, அடுத்து இந்த வேலை முடித்து, பத்திரிகை அச்சாவதற்கு எப்படியும் நான்கு மணியாகிவிடும். முன்பு ஏதோவொரு நெருக்கடியில் அச்சு இயந்திரம் விற்கப்பட்டு விட்டபடியால் *இந்தியன் எக்ஸ்பிரஸ்* அச்சகத்தில் அச்சடித்து பிரதிகளை ‘விக்டாரி ஹவுஸ்’ கொண்டு வர நான்கரை மணியாகி விடும். இதில் எதிலும் நேரத்தை மிச்சப்படுத்தவோ சிக்கனப் படுத்தவோ வழியே இருப்பதாகத் தெரியவில்லை. தொண்ணூறு வயதானபடியால் சில பழக்கங்களை மாற்றவே முடியும்

என்று நம்பிக்கை எழவில்லை. அலை ஓசை, மாலை முரசு இவற்றோடு 'அந்தி வேளை கொட்டு மேளம்' என்று ஒரு பத்திரிகை வந்தால்கூட அதுவும் சுதேசமித்திரனை முந்திவிடும் என்ற நிலையிருந்தது.

இந்த நிலையில்தான் சுதேசமித்திரனில் ப. சிதம்பரம் பிரவேசம் நடந்தது. அவரிடம் ஏதேதோ காரணங்கள் சொல்லிப் பத்திரிகையை மாலை நான்கரை மணிக்கு, முன்னால் கொண்டு வருவது முடியாது, என்றுதான் சொன்னார்கள். ஒருநாள் தான். பொரிந்துகொட்டுவதுபோல ஆசிரியர்க் குழு, நிர்வாகத்தினருக்கு ப. சிதம்பரத்தின் ஓர் உரை. அடுத்த நாள் பத்திரிகை நான்கு மணிக்கு வந்தது. மறுபடியும் இன்னொரு உரை. அடுத்த நாள் பத்திரிகை மூன்றரைக்கு வந்தது. இன்னொரு மிரட்டல். அடுத்த நாள் மூன்று மணி அலை ஓசை நேரம். அந்த வேளைக்கு வந்து என்ன பிரயோசனம்? மறுபடியும் படபடபடா. அடுத்த நாள் சுதேசமித்திரன் இரண்டரைக்கு வந்தது. அதற்கடுத்த நாள் பகல் ரெண்டு மணிக்கு அண்ணாசாலைக் கடைகளில் சுதேசமித்திரன் பிரதிகள் கிடைத்தன!

ஒரு சின்ன விஷயம். இப்படி அடித்துப் பிடித்து முதலில் வருவதில் பத்திரிகையில் வரும் செய்திகள் எல்லாம் முந்தைய தினச் செய்திகளாக இருந்தன. ஆனால் என்ன? அலை ஓசையை முந்தியாகி விட்டாயிற்று!

ப. சிதம்பரம் சுதேசமித்திரனில் தொடர்ந்து அக்கறை காட்டியிருந்தால் பத்திரிகை காலை வேளையிலேயே வந்திருக்கக் கூடும். ஒருக்கால்தான்.

வெற்றி மாளிகையான 'விக்டரி ஹவுஸ்' கட்டிடத்தில் இயங்கிய சுதேசமித்திரன் பத்திரிகையோடு என் உறவு அது மூச்சு விடுவதற்கும் திணறிக் கொண்டிருந்த நாளில் தான் ஏற்பட்டது. அந்த இடம் நிச்சயம் உண்மையான. வெற்றி நாட்களைக் கண்டிருக்கும். அமோகமான செல்வாக்கும், செல்வச் சிறப்பும் அனுபவித்திருக்க வேண்டும்; அனுபவித்திருக்கிறது. ஆனால் 1969லிருந்து நான் அங்கு போய் வர நேரிட்ட நாட்களில் அதன் நிலைமைக்குப் பல அவலச் சின்னங்கள் கண்கூடாக மூலை முடுக்குகளில் விழுந்து கிடந்தன. அவற்றில் ஒன்று இந்திய தேசிய வரலாற்றில் மிக முக்கிய தலைவர்களில் ஒருவரான சி.ஆர். தாஸ் அவர்களுடைய உருவச்சிலை.

இது திறந்தவெளியில் ஒரு குப்பை மூலைக்கருகில் உடைந்த மூக்கோடு உருட்டிவிடப்பட்டிருந்தது. இந்த நாட்டின் முதல் இரயில் இஞ்சின் தொழிற்சாலை பெயரில்தான் நிறுவப்பட்டிருக்கிறது, 'தேசபந்து' என்று மக்களால் அன்புடன்

அழைக்கப்பட்டவர் 'விக்டரி ஹவுஸ்' கட்டிடத்தை அவர்தான் திறந்து வைத்தார் என்று நினைக்கிறேன். ஆனால் அவருடைய தலை மூக்குடைத்துக் குப்பைத் தொட்டிக்கருகில் உருட்டி விடப்பட்டிருந்தது. சற்று இருட்டிய நேரத்தில் அது யாரோ ஒருவருடைய தலையை வெட்டி வீசிப் போட்டிருக்கிற மாதிரிகூட இருக்கும். ஐயோ, அந்தத் தலையை யாராவது அப்புறப்படுத்த மாட்டார்களா? சிலையை சிலையாகப் பார்வைக்கு வைக்காதபோது எங்காவது கண்காணாத இடத்தில் போட்டு வைக்கக் கூடாதா? உடைத்து நிஜமாகவே குப்பைத் தொட்டியில் போட்டுவிடக் கூடாதா? அந்தச் சிலையைப் பார்த்து மனம் வேதனைப்பட வேண்டாம் என்ற எண்ணத்தோடு நான் அண்ணாசாலையிலிருந்து விக்டரி ஹவுஸ் வெளியினுள் நுழைவேன். ஆனால் ஒவ்வொரு முறையும் சிலை எப்படியோ என் கண்ணில் பட்டுவிடும்.

அது சிலைகள் காலம். கடற்கரைக்குக் காவலாகத் தமிழ்க்காவலர்கள் சிலைகள். ரவுண்ட்டாணா நாற்சந்தியில் அண்ணா சிலை. கூடிய சீக்கிரமே பெரியார் சிலையும், கலைஞர் சிலையும் நிறுவப்பட்டுவிடும். (நிறுவப்பட்டுவிட்டன.) என்.எஸ். கிருஷ்ணன் சிலை. மாம்பல நாற்சந்தியில் காகித அட்டையால் செய்யப்பட்ட இன்னொரு பெரியார் சிலை. சுதேசமித்திரன் அலுவலகத் திறந்த வெளியில் குப்பை மூலையில் வீசி எறியப்பட்ட சி.ஆர். தாஸ் சிலையின் நினைவு எனக்கு இந்த ஒவ்வொரு சிலையும் எழுப்பும். நீங்களும் ஒரு நாளைக்கு சி.ஆர். தாஸின் சிலை போலத்தான் கிடக்க வேண்டி வருமோ?

5

சில அபூர்வமான மனிதர்களும் சுதேசமித்திரன் அலுவலகத்தில் எனக்குக் காணக் கிடைப்பார்கள். தமிழறிஞர் பி.ஶ்ரீ. சிறந்த கதாசிரியர் எம்.வி. வெங்கட் ராமன், பன்மொழி எழுத்தாளரும், மொழிபெயர்ப்பாளரும் பதிப்பாளருமான அ.கி. ஜயராமன். நாங்கள் எல்லோருமே சுதேசமித்திரன் பத்திரிகையின் வெவ்வேறு பகுதிகளுக்கு எழுதி வந்தோம். எல்லோரும் டிபன் சாப்பிட்டு வரக்கூடிய ஊதியம்தான் பெற்றோம். மிக அதிகபட்சமாகப் போனால் ஒரு மாதத்துக்கு அறுபது ரூபாய், எல்லோரும் முதலில் காஷியரிடம் பணம் இருக்கிறதா என்று விசாரித்துக் கொண்டு அதன் பிறகு காஷ் ஆர்டர் அல்லது வவுச்சர் எழுத ஏற்பாடு செய்ய வேண்டும். ஆனால் "சுதேசமித்திரன் நம் தாய் வீடு மாதிரி" என்று ஒருவர் நேற்றும் சொல்லக் கேட்டேன்.

அந்தக் காஷியர் அதிகம் பேசாது இருந்ததற்கு ஒரு முக்கிய காரணம் பணப்பெட்டி காலியாக இருந்ததுதான். வாய் திறந்து இல்லை என்று சொல்லாமல் குறிப்பாக 'நாளை பிற்பகல்தான் கிடைக்கும்' என்று கடுமையாகக் கூறுவார். சொன்ன நேரத்தில் பணத்தைத் தவறாமல் கொடுத்துவிடுவார். கடுமையே பேச்சை அதிகம் வளர்த்துவிடாமல் 'இல்லை' என்ற சொல்லைப் பயன்படுத்த வழியில்லாமல் செய்வதற்குத்தான். பணம் தெய்வத்துக்குச் சமானம். தெய்வத்தை இல்லை என்று சொல்லலாமா? அவர் அந்த லட்சுமி விக்கிரகத்துக்கு மனப்பூர்வமாகவே பூஜைகள் செய்து வருபவராகத்தான் இருக்க வேண்டும். ஆனால் தெய்வத்தின் முடிவுகள் எப்படி எல்லாம் இருக்கும் என்று யாரால் கூற முடியும்? சி.ஆர். தாஸின் சிலை காரணமாகத் தெய்வத்துக்குத் தணியாத கோபம் ஏற்பட்டிருந்தால்? அதனால்தான் பணப் பெட்டி எப்போதும் நிரம்பாமல் கிடந்ததோ?

சுதேசமித்திரன் அலுவலகத்துச் சிலை, சிலைகள் குறித்த என் மனப்போக்கையே ஒரு பாதையில் வகுத்துவிட்டது. சிலைகள் இன்று மனதில் உற்சாகத்தைத் தோற்றுவிப்பதில்லை. சி.ஆர். தாஸ் சிலையைப் பாராது இருந்திருந்தால் ஒருக்கால் அப்படி நேரிட்டிருக்காது. ஒருக்கால்தான்.

***தீம்தரிகிட*, 1985**

அமெரிக்காவிலிருந்து திரும்பிய பின்

அமெரிக்காவிலிருந்து திரும்பிய பின் இந்த ஒரு மாத காலத்தில் என்னிடம் திரும்பத் திரும்பக் கேட்கப்பட்ட கேள்வி இது: "அமெரிக்கா போய் வந்ததற்கு உங்களிடம் மாற்றம் ஒன்றும் தெரியவில்லையே?"

ஒருவிதத்தில் அமெரிக்கா சென்று வந்ததில் நான் மாறுதல் ஒன்றும் அடைந்துவிடவில்லை. அதே கறுப்பு. அதே எடை, அதே பல். தலை மயிர் பாதி கொட்டிவிட்டது. ஆனால் நான் போவதற்கு முன்பும் அதிகம் இல்லாததால் அந்த மாற்றம், அல்லது அந்த இழப்பு அவ்வளவு வெளிப்படையாகத் தெரியவில்லை.

அங்குபோயும் நான் தமிழில்தான் சிந்தனை செய்தேன். எழுதியதைத் தமிழில்தான் எழுதினேன். ஒரு நாவலுக்குக் குறிப்புகள், ஒரு நாடகத்திற்குத் திட்டம். சிறுகதைகள். வாரம் ஒரு சிறு கட்டுரையைச் சில மாதங்கள் எழுதினேன். அக்கட்டுரைகள் இன்னும் வெளியாகவில்லை. இது ஒரு சான்று நான் அமெரிக்கா சென்றது மாற்றம் ஒன்றும் ஏற்படுத்தவில்லை என்று.

ஆனால் மாற்றம் அடையாமல் இருக்க முடியாது. நம் நாட்டிலேயே ஒரு பகுதியிலிருந்து இன்னொரு பகுதிக்குச் சென்றால் பல வித்தியாசங்களையும் வேறுபாடுகளையும் காண முடிகிறது. அதன் மூலம் மாறுதலுக்கு இடம்

கொடுத்தேயாக வேண்டியிருக்கிறது. ஒரு புதிய கலாச்சாரம், சமூக அமைப்பு கொண்ட ஒரு வெளிநாட்டிற்குச் சென்று அங்கு சில மாதங்கள் வாழ்க்கை நடத்திய பிறகு ஒருவர் பழைய மனிதனாகவே இருக்கவே முடியாது. இந்த மாற்றங்கள் பலதரப்பட்ட மாற்றங்கள். மிக நுணுக்கமான மாற்றங்கள். அவற்றை உணரும் அதே நேரத்தில் எளிதில் விவரிக்க முடியாத மாற்றங்கள். இதை ஓர் உதாரணம் கொண்டு விளக்க வேண்டுமானால் பெருக்கல் வாய்ப்பாடு கற்கும் குழந்தையின் நிலைக்கு ஒப்பிடலாம். $2 \times 8=16$, $8 \times 2=16$ என்று குழந்தைக்குத் தெரிந்துவிடுகிறது. இனி அந்தக் குழந்தை, பழைய குழந்தை அல்ல. உண்மையில் மிகப் பெரிய மாறுதல் அந்த நொடியில் அது அடைந்துவிட்டது. அதே நேரத்தில் அந்த மாறுதலை அதனாலோ பிறராலோ வெற்றிகரமாக விளக்க முடியாது. இதுதான் என் நிலையும்.

நான் சென்றிருந்த இடம் அயோவா சிடி என்ற சிற்றூர். இந்த ஊரில் யூனிவர்சிடி ஆஃப் அயோவா இருக்கிறது. இது இருதுறைகள், அல்லது பிரிவுகளுக்காக உலகப் பிரசித்தி பெற்றது என்கிறார்கள். ஒன்று ஹைட்ராலிக்ஸ். இன்னொன்று எழுத்தாளர் பட்டறை என்னும் ரைட்டர்ஸ் வொர்க் ஷாப். இந்தப் பட்டறைக்கும் நான் சென்ற திட்டத்திற்கும் வித்தியாசமுண்டு. வொர்க் ஷாப் மாணவர்கள் மூன்றாண்டுகள் முறையான படிப்பாகப் பயிற்சி பெற வேண்டியிருக்கிறது. ஆங்கில இலக்கியத்தில் பி.ஏ. பட்டம் பெற்றுவிட்டு எம்.ஏ. பட்டம் பெறுவதற்காக இப்பயிற்சி மேற்கொள்ள வேண்டியிருக்கிறது. அநேகமாக எல்லாரும் இளைஞர்கள். இதுபோன்ற வொர்க் ஷாப்புகள் வேறு பல இடங்களிலும் இருக்கிறது. இவற்றின் பயிற்சி காலம் வேறுபடுகிறது. முடிவில் டிகிரி, டிப்ளமா, சான்றிதழ் என்றும் வேறுபடுகிறது.

நான் சென்றது இண்டர்நேஷனல் ரைட்டிங் புரோகிராம் என்ற திட்டத்தின் கீழ். இதன்படி பல நாடுகளிலிருந்து எழுத்தாளர்களை வரவழைத்து ஓர் அமெரிக்கப் பல்கலைக் கழகச் சூழ்நிலையில் ஒரு குறிப்பிட்ட காலம் வசிப்பதற்கு வசதிசெய்து தருவது இந்த புரோகிராம். இதுவரை ஏழு முறை இந்த புரோகிராம் எழுத்தாளர்களை அயோவா சிடிக்கு அழைத்து வந்திருக்கிறது. இந்த புரோகிராம் பொறுப்பாளர்களிடம் யாராவது பேச்சுவாக்கில் இண்டர் நேஷனல் ரைட்டர்ஸ் வொர்க் ஷாப் என்று சொல்லிவிட்டால். இல்லை, இல்லை இண்டர்நேஷனல் ரைட்டிங் புரோகிராம் என்று ஓர் மிகையான தீவிரத்தோடு திருத்துகிறார்கள். நான் ஆரம்பத்தில் இருமுறை வொர்க்ஷாப் என்று கூறிவிட்டு இரு

முறையும் விரிவான விளக்கங்கள் கேட்க நேர்ந்தது. இதன் விளைவு இப்போது என்னிடம் யாராவது அயோவா வொர்க் ஷாப் எப்படி இருந்தது என்று கேட்டால் நானும் "இல்லை, இல்லை, வொர்க்ஷாப் இல்லை, புரோகிராம்," என்று ஆரம்பித்து விடுகிறேன். அயோவா பல்கலைக்கழகத்தினர்கள் இதை இவ்வளவு நுணுக்கமாகக் கருதும் காரணம் வொர்க் ஷாப்புக்கு வருபவர்கள் மாணவர்கள். இதில் பலர் இறுதியில் எழுத்தாளர்களாகாமலேயே கூடப் போய்விடலாம். ஆனால் ரைட்டிங் புரோகிராம் ஏற்கெனவே நன்கு நிலைபெற்ற எழுத்தாளர்களைக் கொண்டது,

இந்த 1973–74 ஆம் ஆண்டில் என்னோடு இன்னும் இருபத்தைந்து எழுத்தாளர்கள் புரோகிராமில் கலந்து கொண்டார்கள். அவர்கள் நாடுகளை மட்டும் குறிப்பிடுகிறேன்: கொரியா, ஜப்பான், பிலிப்பைன்ஸ், சீனக் குடியரசு, இந்தோனீஷியா, எதியோப்பியா, யுகாந்தா, நைஜீரியா, கிரீஸ், ரோமானியா, ஹங்கேரி, யூகோஸ்லேவியா, போலந்து, இங்கிலாந்து, சிலி, பெரு, ஈக்வடார், பிரேஸில், ஆர்ஜன்டீனா. மொத்தம் 26 நபர்களில் எட்டு நபர்கள் கவிஞர்கள்; 15 பேர் உரை நடை, கவிதை இரண்டும் எழுதுபவர்கள். இருவர் விமரிசகர்கள் ஒருவர் முழுக்க உரைநடை.

நாங்கள் அயோவா சிடி போய்ச்சேர்ந்த அக்டோபர் மாதம் 'ஃபால்' என்று அவர்கள் அழைக்கும் இலையுதிர் காலம். இதமான சூடு, இதமான குளிர். ஒரு சிலரைத் தவிர அநேக எழுத்தாளர்கள் அயோவா சிடியில் வாழக் கிடைக்கும் வசதியான வாசத்தை முதன்முதலாகக் காண்கிறவர்கள். பல எழுத்தாளர்கள் இந்த வசதியான வாசம் தந்த கிளர்ச்சியில் ஆரம்ப நாட்களில் நிறைய எழுதிக் குவித்தார்கள். ஒரு கவிஞர் ஓர் இரவுக்கு ஒரு காவியம் என்கிற அளவில் படைப்பில் ஈடுபட்டார். டிசம்பர் மாத இறுதியிலோ ஜனவரி மாதத் தொடக்கத்திலோ ஒரு நாள் என் அறைக் கதவை பலமாகத் தட்டி என்னை எழுப்பி, "நான் எழுதியதை எல்லாம் கிழித்துப் போட்டுவிட்டேன்," என்றார். "கோகோ–கோலா சாப்பிடுகிறீர்களா, பீர் சாப்பிடு கிறீர்களா?" என்று நான் கேட்டேன். அவர் இருந்து சாப்பாடு சாப்பிட்டுவிட்டுப் போனார்.

இதைக் கூறுவதன் காரணம் முற்றிலும் மாறுபட்ட சூழ்நிலையில், சிறிதும் பழக்கப்படாத வசதிகளைக் கொண்டு, தன் உற்றார் உறவினர்களைப் பிரிந்த ஏக்கம், தன் சமையல் தரும் ஏமாற்றம் (நாங்கள் எல்லாரும் சுயமாகச் சமைத்துச் சாப்பிட வேண்டியிருந்தது), தினம் பாத்திரம் கழுவ வேண்டிய

அவசியத்தின் சோர்வு, எந்த அந்நியருக்கும் அமெரிக்கச் சமுதாயம் தரக்கூடிய பிரமிப்பு: – இவற்றின் காரணமாக இலக்கிய படைப்புக்குத் தேவையான ஒரு சமநிலை – மனத்தின் ஆழ்ந்த தளத்தில் தேவைப்படும் ஒரு சமநிலை – கலையப்பட்ட நிலையில் படைக்கப்பட்ட எழுத்து ஒரு சீராக அமையாமல் போய்விடுகிறது. எழுதுவதற்கான ஒரு சகஜ நிலை ஏற்படச் சில வாரங்கள் அல்லது மாதங்கள் கூடத் தேவைப்படுகின்றன. எனக்குத் தெரிந்து ஒரு சிலருக்கு ஏழு மாத காலமும் போதவில்லை.

எழுதுவது என்று மட்டுமல்லாமல் நான் என் நேரத்தைக் கூடுமானவரையில் பலவித அனுபவங்களுக்கும் பயன்படும் படியாகச் செலவழித்தேன். அந்த ஊரையும் வேறு பல இடங்களையும் சுற்றிப் பார்த்து வந்தேன். பொதுவாக மக்கள் ஒன்று சேரும் இடங்களாகப் போனேன். கண்காட்சி நிலையங்கள், வாசக சாலைகள், கூட்டங்கள், நாடகங்கள், கல்லறைகள், உணவு விடுதிகள், கடைகள், பள்ளிக்கூடங்கள் இப்படியாகப் பல இடங்களுக்குச் சென்றேன். நான் சந்திக்க நேர்ந்த எவருக்கும் என் நேரத்தைத் தாராளமாகக் கொடுத்தேன். என்னோடு வந்திருந்த அத்தனை எழுத்தாளர்களையும் சந்திக்கும் சந்தர்ப்பங்களை எல்லாம் விட்டுக் கொடுக்காமல் அனைவருடைய படைப்புகளையும் – ஆங்கில மொழி பெயர்ப்பில் கிடைத்தவைகளை–படித்தேன்; அவர்களோடு விவாதித்தேன்.

ஏழு மாத காலம் ஓரிடத்தில் வசிக்க வேண்டுமென்றால் அது எழுத்தாளனாக இருந்தால்கூட, ஒருவருக்கு எவ்வளவோ பிரச்சினைகளும், சந்தேகங்களும், சிக்கல்களும், பொறுப்புகளும், பிணைப்புகளும் அன்றாட வாழ்க்கையில் ஏற்பட்டுவிடும். எழுத்தாளன் என்ற அடையாளத்தோடு மட்டுமல்லாமல் வேறு அம்சங்களிலும் ஆர்வமும் அக்கறை யும் எனக்கு உண்டு. அயோவா சிடியிலும் என் இயல்புக்கு மாறாக நான் இருக்க வில்லை. இதை அங்கு நான் சந்தித்துப் பழக நேர்ந்த அனைவரும் உணர்ந்திருந்தார்கள். இக்காரணத்தால் அநேகமாக எல்லாரும் அவரவர்களுடைய பிரச்சினைகள், சந்தேகங்கள், குழப்பங்கள், குறைகள், கோபங்கள், குற்றச்சாட்டுகள், ரகசியங்கள் இவைகளை என்னிடம் கூறிப் பகிர்ந்துகொள்வதில் தயக்கமோ சந்தேகமோ கொள்ளவில்லை. மிகவும் எதிர்பாராத விதத்தில் பலருடைய அந்தரங்கங்களை அவர்கள் மூலமாகவே நேரடியாக எனக்குத் தெரிய வாய்ப்பேற்பட்டது. பல தருணங்களில் அவர்களுடைய ஆழ்ந்த அன்பும் நம்பிக்கையும் உள்ளத்தை நெகிழச் செய்யும் விதத்தில் இருந்தது. மேற்கத்தியர் மனமார்ந்த உறவு முறைகளை

அதிகம் விரும்புவதில்லை என்ற பொது எண்ணம் என்னைப் பொருத்தவரையில் உண்மையாகவில்லை.

எங்கள் குழுவில் பெண்கள் உண்டு. தனி ஆண்களாகப் பத்துப் பதினைந்து நபர்கள் நடுவில் தனிப் பெண்களாக நான்கைந்துபேர் இருந்துவிட்டால் அதில் எவ்வளவு சிக்கல்கள் நேரும் என்பதை நான் உங்களுடைய கற்பனைக்கு விட்டுவிடுகிறேன். இந்தப் பெண்கள் அழகானவர்கள். ஒருத்தி மிகவும் அழகானவள். ஆதலால் இலக்கியத்திற்கும் எழுத்திற்கும் அப்பாற்பட்ட பல சூழ்நிலைகள் அமைந்தன. போதாததற்கு இப்பெண்கள் எங்கள் குழுவையே இரு கோஷ்டியாகப் பிரிய வழிசெய்துவிட்டார்கள். இந்நிலைமை சில நாட்கள்தான் நீடித்தாலும், அதற்குள் ஒவ்வொரு கோஷ்டியும் எதிர் கோஷ்டி நபர்களின் உண்மை வயது அவர்கள் நிஜமாகவே இலக்கியவாதிகளா அல்லது போலிகளா, அவர்களுடைய முன்னாள் கணவன்கள், மனைவிகள் யார், இன்றைய கணவன்கள், மனைவிகள் யார், எத்தனைக் குழந்தைகள் இம்மாதிரியான தகவல்கள், ஹேஷ்யங்களைத் தாராளமாகப் பரிமாறிக்கொண்டு விறுவிறுப்பு ஏற்படுத்தினார்கள். ஆனால் உண்மையிலேயே எல்லாரும் படைப்பிலக்கியத்தில் ஆழ்ந்த அனுபவமும் சாதனைகளும் பெற்றவர்கள்.

அமெரிக்க நகரங்கள், சாலைகள், மோட்டார் கார்கள், கட்டிடங்கள், ஹாம்பர்கர், ஐஸ்கிரீம் இவை எல்லாம் பற்றி எவ்வளவோ பேர் அமெரிக்கா சென்று வந்து நிறையவே எழுதிப் பேசி அபிப்பிராயம் கூறி இருக்கிறார்கள். நானும் ஓர் உல்லாசப் பயணிபோல அங்கு போயிருந்தால் உங்களிடம் அதெல்லாம் கூறியிருப்பேன். ஆனால் அமெரிக்க மக்கள் மத்தியில் பல மாதங்கள் இருந்துவிட்ட காரணத்தால், அவர்களுடன் ஓரளவு நெருங்கிப் பழகிவிட்ட காரணத்தால், அப்படியெல்லாம் பேசிவிட முடியவில்லை. இத்தகைய பயணம் ஒரு ஆயுட்கால முக்கியம் உடையது. அதை என் படைப்புகளில் தெளிவுபடுத்த முயலுகிறேன்.

நூலகம், 1974

ஏழு கடிதங்கள்

ஐக்கிய அமெரிக்காவின் ஒரு மையத்தி லுள்ள அயோவா மாநிலத்தில் அயோவா சிடி ஒரு சிறு நகரம். மக்கள் தொகை 50,000க்கும் குறைவுதான். அநேகமாக எல்லாரும் அயோவா பல்கலைக்கழகத்துடன் ஏதாவதொரு வகையில் சம்பந்தப்படுபவர்கள். காரணம், அயோவா சிடி ஒரு ‘பல்கலைக்கழக நகரம்,’ இந்தப் பல்கலைக் கழகத்தின் படைப்பிலக்கியப் பயிற்சித் துறையும் ஹைட்ராலிக்ஸ் – விஞ்ஞானத் துறையும் உலகப் புகழ்பெற்றவை.

கடந்த பதினோராண்டுகளாக இன்னொரு காரணத்துக்காகவும் இந்தப் பல்கலைக்கழகம் பெயர் பெற்றிருக்கிறது. ஒவ்வோர் ஆண்டும் உலகெங்குமிருந்து சுமார் இருபத்தைந்து எழுத்தாளர்களை இந்தப் பல்கலைக்கழகம் வரவழைத்து ஏழு மாத காலம் நீடிக்கும் இலக்கிய முகாம் ஒன்றை நடத்துகிறது. இதில் பங்கு பெறுபவர்கள் அவரவர் மொழிப் படைப்பிலக்கியத் தில் சிறந்த சாதனை புரிந்தவர்கள். இதுவரை இந்தியாவிலிருந்து ஏழு எழுத்தாளர்கள் இந்த முகாமுக்குச் சென்றிருக்கிறார்கள். 1973ஆம் ஆண்டில் நான் சென்றிருந்தேன்.

அயோவா சிடியிலிருந்து ஏழு மாதங்களில் ஒரு சென்னை தினசரிக்கு நான் பல கடிதங்களில் தனிக் கட்டுரைகளாக எழுதியிருந்தேன். ஒவ்வொரு கட்டுரையும் ஓர் ‘ஏரோகிராம்’ விமானத் தபால் கடிதத்தில் அடங்கும்படியாக அமைந்திருந்தது.

இங்கு இடம் பெறும் கட்டுரைகள் எனக்குத் திரும்பக் கிடைத்த ஏழு கடிதங்கள். இவை எழுதப்பட்ட இந்த நான்காண்டுகளில் உலக வரலாற்றில், பல திருப்பங்கள் நேர்ந்திருக்கின்றன. இந்தக் கட்டுரைக் கடிதங்கள் அன்றைச் சூழ்நிலையைப் பற்றிய ஒரு புதிய, விரிவான கண்ணோட்டம் தரக்கூடும்.

1. "நான் கேடி அல்ல!"

அயோவா சிடி, நவம்பர் 18, 1973.

எல்லோரும் மிக ஆவலுடன் எதிர்பார்த்திருந்த நிக்சன் – செய்தி நிருபர்கள் சந்திப்பு நேற்று மாலை ஒரு மணி மூன்று நிமிஷம் நாற்பத்து நான்கு விநாடிகள் அளவுக்கு நடந்துமுடிந்தது. எல்லா அமெரிக்க டெலிவிஷன் நிலையங்களும் இந்த நிகழ்ச்சியை ஒலிபரப்பிச் சிற்றூர் கிராமம், ஒதுக்குப்புற வீடுவரை இந்தச் சந்திப்பைக் கொண்டு சேர்த்தன.

டிசம்பர் 1971 காலத்திலிருந்தே அதிபர் நிக்சனுக்கும் அமெரிக்கப் பத்திரிகை உலகுக்குமிடையே உறவு அவ்வளவு சுமுகமாக இருக்கவில்லை நிக்சனின் சீன விஜயம், மாஸ்கோ பயணம், வியத்நாம் யுத்த நிறுத்தம் இவையெல்லாம்கூட, 'பென்டகன் பேப்பர்ஸ்' கிளப்பிய பொதுஜனச் சினத்தைத் தணிக்க முடியவில்லை. பதவி வகிப்போர் மீது ஊழல் அதிகார துஷ்பிரயோகம் போன்ற குற்றச்சாட்டுக்கள் எதிர்த்தரப்பிலிருந்து எழுவது சகஜமே என்று திறந்த மனத்தோடு இருந்த பல அமெரிக்கப் பிரஜைகளைக்கூட அதிபர் நிக்சன் பலமுறை வாட்டர்கேட் விசாரணைக்கு முட்டுக்கட்டை போட்டதும், அட்டர்னி ஜெனரல் காக்ஸை வேலை நீக்கம் செய்ததும், 'டேப்புகள் காணாமல் போய்விட்டன.' 'டேப்புகளில் உருப்படியாக ஒன்றும் தேறவில்லை', 'ஒரே குழறல்' என்றெல்லாம் கூறிய சால்ஜாப்புகளும் சந்தேகம் கொள்ள வைத்துவிட்டன. 'நிக்சன் ஒரு சட்ட விரோதி', 'இவன் அயோக்கியன்', 'கைதிக் கூண்டில் ஏற்று' என்ற கோஷங்கள் சென்ற மாதம் அமெரிக்காவெங்கும் எழுந்தன. மேற்கு ஆசிய யுத்தங்கூட, இந்த நிக்சன் எதிர்ப்பின் தீவிரத்தைத் திசை திருப்ப முடியவில்லை. இதற்கெல்லாம் பதிலடி கொடுக்கத் துவங்குவதுபோல மூன்று வாரங்களுக்கு முன்பு பத்திரிகை, டெலிவிஷன் ஸ்தாபனங்களை நிக்சன் கடுமையாகத் தாக்கினார். "வேண்டுமென்றே தகவல்களைக் கூட்டிக் குறைத்துத் திரித்து என்னைப் பற்றியுள்ள பொதுஜன அபிப்பிராயத்தை அழிக்கச் சதி செய்கிறவர்கள் போலிருக்கிறது" என்று கூறினார். இப்படிப்பட்ட சூழ்நிலையில் நேற்றைய செய்தியாளர் சந்திப்பு நிக்சனுக்கு மரண அடி கொடுக்கும் அவலமாக முடியப்போகிறது என்று பலர் எதிர்பார்த்திருக்கக் கூடும்.

இந்த எதிர்ப்பு நிறைவேறச் சற்றும் இடமளிக்காவண்ணம் ஆரம்பத்திலிருந்தே நிக்சன் நிலைமை தம் கைவசத்தி லிருக்குமாறு நடந்துகொண்டார். திட்டவட்டமாக, தன்னம்பிக்கையோடு பலமுறை நகைச்சுவை ததும்ப, தம் மீது சாற்றப்படும் குற்றம் ஒவ்வொன்றையும் மறுத்தார். தம் அதிகாரத்தைத் துஷ்பிரயோகம் செய்து சொத்துச் சேர்க்க வில்லை என்றார். "நான் அதிபர் ஆனபோது நான் பிச்சைக்கார னாக இல்லை. என்னிடம் 47,000 டாலரும் ஒரு பழைய காரும் இருந்தன."

"இப்போது வேலையில்லாமை நாட்டில் நான்கு சதவீதம் இருக்கிறது. இதுவரை இந்த அளவுக்கு அது குறைக்கப்பட்ட தில்லை. என்னை நினைப்பதாக இருந்தால், இதற்காகவே இருக்கும்! யுத்தத்தை நிறுத்தியதற்காக இருக்கும்! சீனாவை, நெருக்கம் கொள்ளச் செய்ததற்காக இருக்கும். ரஷ்யாவை அமெரிக்கர்களுக்குத் தோழமை நாடாகச் செய்ததற்காக இருக்கும்."

சந்திப்பு முடிவில் நிக்சன் ஏகோபித்த கைதட்டல் பெற்றார். இதனால் அவருக்கு உள்ள எதிர்ப்பெல்லாம் கரைந்துவிடும் என்று சொல்ல முடியாது. ஆனால் பொதுமக்களிடம் பரவி யிருந்த துவேஷ உணர்ச்சி கணிசமாகத் தணிந்திருக்கும். ஞாயிறு, நவம்பர் 18ஆம் தேதிப் பத்திரிகைகளில் அவர் சந்திப்புபற்றி வந்த செய்திகளின் தன்மையே இதற்குச் சான்று.

2. கென்னடி காதை

அயோவா சிடி, நவம்பர் 26, 1973

நவம்பர் 22ஆம் தேதியன்று அமெரிக்காவெங்கும் அதிபர் ஜான் கென்னடி மறைவின் பத்தாண்டு நிறைவு தினம் அனுஷ்டிக்கப்பட்டது. வாஷிங்டன் நகரிலுள்ள ஆர்லிங்டன் தேசியச் சமாதியில் கென்னடி சகோதரர்கள் ஜான், ராபர்ட் கல்லறைக்கு மக்கள் ஆயிரக்கணக்கில் சென்று அஞ்சலி செலுத்தினர். எட்வர்ட் கென்னடி தம் மனைவியுடனும் சகோதரியுடனும், ராபர்ட் கென்னடியின் மனைவி எதெல்தம் எட்டுக் குழந்தைகளுடனும் காலையிலேயே கென்னடி கல்லறைகளுக்கு விஜயம் செய்தனர். ஜாக்குலின் இரு தினங்கள் முன்பே மலர் வளையம் அனுப்பியிருந்தாள்.

கென்னடி குடும்பத்தின் துயர நாட்கள் இன்னும் முடியவில்லை. ஜான் கென்னடியின் படுகொலையை அடுத்து 1968இல் ராபர்ட் கென்னடியும் படுகொலை செய்யப்பட்டார், மூன்றாவது சகோதரர் எட்வர்ட் கென்னடிக்கு வேறு விதத்தில்

விபத்து. ஒரு கேளிக்கை இரவுக்குப் பின் அவர் ஓட்டிச் சென்ற கார் ஓர் ஓடையில் இறங்கியது. எட்வர்ட் தப்பித்துவிட்டார். ஆனால் காரில் ஓர் இளநங்கை இருந்திருக்கிறாள். அந்த விபத்தில் அவள் பலியானாள். அதனால் அவதூறு.

ஜான் கென்னடியின் மனைவி ஜாக்குலின் தன்னை விடப் பல ஆண்டுகள் மூத்தவரும் ஒருவிதமான வாழ்க்கை வரலாறு கொண்டவருமான ஐரோப்பியக் கோடீசுவரர் ஒனாசிசை மணந்து கொண்டதைப் பல அமெரிக்கக் குடும்பங்கள் ஒரு மகிழ்ச்சிகரமான நிகழ்ச்சியாகக் கருதுவதில்லை. ஜான் கென்னடி இறந்து பத்தாண்டு முடியப்போகும் நேரத்தில் எட்வர்டு கென்னடியின் பன்னிரண்டு வயது மகனுக்குக் காலில் புற்றுநோய் கண்டிருப்பதாகத் தெரிந்து, சனிக்கிழமை 17ஆம் தேதி மாலை அந்தச் சிறுவனுடைய முழங்காலைத் துண்டித்தார்கள். இனி அவன் வாழ்நாளெல்லாம் செயற்கைக் கால் ஒன்றுடன் வாழ வேண்டும்.

அமெரிக்கப் பத்திரிகைகள் எல்லாமே இந்த ஆண்டு கென்னடி தினத்தையொட்டிப் பல சிறப்பு அனுபந்தங்களை வெளியிட்டன. மிகச் சிறிய சிற்றூர்ப் பத்திரிகைகள்கூடப் பல பழைய புகைப்படங்களுடன் விரிவாக கென்னடி பற்றியும், அவர் காலம், அவர் சாதனைகள் பற்றியும் கட்டுரைகளை வெளியிட்டன.

கென்னடியை ஒரு தெய்வத்துக்குரிய வழிபாட்டுடன் நினைவுகூர்ந்துவரும் அதே அமெரிக்கச் சமுதாயத்தில் அவரைப் பற்றிப் பல கடுமையான விமரிசனங்களும் செய்யப்படுகின்றன. மிகக் குறுகிய காலம் (1000 நாட்கள்) கொண்டதாலேயே கென்னடியின் ஆட்சி பல அபத்தங்களும் தவறுகளும் செய்வதிலிருந்து தப்பித்துவிட்டது என்று கருதுவோரும் இருக்கிறார்கள். – கென்னடியைத் தாக்கிப் பல நூல்கள் வெளியாகியிருக்கின்றன. அவர் உயிர் வாழ்ந்திருந்தால் வியத்நாம் யுத்தத்தை லிண்டன் ஜான்ஸனைவிட இன்னும் தீவிரமாக நடத்தியிருப்பார்என்றுகூடக் கூறுகிறார்கள் ஆனால் 1964 இறுதிக்குள் எல்லா அமெரிக்கத் துருப்புகளையும் வியத்நாமிலிருந்து திரும்பப் பெற அவர் திட்டமிட்டிருந்ததற்கு ஆதாரம் இருக்கிறது.

இனி அடுத்த நினைவு நாள் வெள்ளிவிழா நாளாகத் தான் இருக்கும் என்று தெரிகிறது. இந்த ஆண்டில்கூட கல்லறைக்கு வழக்கத்தை விடக் கூட்டம் குறைவாகவே இருந்தது என்று கூறுகிறார்கள். இன்றைய அமெரிக்காவின் முழுக் கவனமும் கவலையும் விசைத் தட்டுப்பாட்டில் ஒரு முகப்பட்டிருக்கின்றன.

3. விசையும் வேலையும்

அயோவா சிடி நவம்பர் 30, 1973

கடந்த சில மாதங்களில் மிகவும் வெற்றிகரமாக அமைந்தது எனக் கூறப்பட்ட செய்தி நிருபர்கள் கூட்டத்தில் அதிபர் நிக்சன் கூறினார். "நான் மக்கள் நினைவில் நிலைத்து இருப்பேனானால் அது வியத்நாம் யுத்தத்தை நிறுத்தியதற்காக இருக்கும். ரஷ்யாவை நட்புறவு கொள்ளச் செய்ததற்காக இருக்கும். சீனாவை நேச உணர்வு கொள்ளச் செய்ததற்காக இருக்கும். எல்லாவற்றிற்கும் மேலாக உள் நாட்டில் வேலையில்லாதோர் எண்ணிக்கையை இதுவரை நம் பதினெட்டு ஆண்டுச் சரித்திரத்தில் காணாத அளவுக்குக் குறைத்தமைக்காக இருக்கும்."

ஆனால் இதைச் சொல்லி மூன்று வாரங்கள் முடிவதற்குள் கவலையூட்டும் பல நிகழ்ச்சிகள் நடந்து வருகின்றன. ஃபோர்டு, ஜெனரல் மோட்டார்ஸ், கிரைஸ்லர் போன்ற பெரிய மோட்டார் கார் ஸ்தாபனங்கள் தங்கள் உற்பத்தியை வெகுவாகக் குறைத்துவிட்டன. இந்த ஆண்டு முடிவதற்குள் இந்த மூன்று ஸ்தாபனங்களிலிருந்தும் ஆயிரக்கணக்கானவர்கள் வேலையில்லாமைக்கு உட்படுவார்கள் என்று தெரிகிறது.

எண்ணெய்த் தட்டுப்பாடு பலவிதங்களில் அமெரிக்கப் பொருளாதாரத்தையும் சமூக வாழ்க்கையையும் பாதிக்கப் போவதாகத் தெரிகிறது. பெட்ரோல் என்று மட்டுமல்லாமல் இன்னும் பலவித அன்றாடப் பொருள்களுங்கூட இந்த எண்ணெயை நம்பியிருக்கின்றன. மேலெழுந்த வாரியாக இன்றைய அமெரிக்கர் வாழ்க்கை எப்போதும்போல் இருப்பதாகத் தோன்றினாலும் உள்ளூற அனைவரும் கவலைப் படுகிறார்கள். என்ன என்ன நிகழப்போகிறது என்று இன்னும் திட்டவட்டமாகத் தெரியாவிட்டாலும் ஒவ்வொருவருடைய வாழ்க்கையும் பாதிக்கப்படப்போகிறது என்ற எதிர்பார்ப்பில் உற்சாகம் குன்றியவர்களாக இருக்கிறார்கள்.

எப்போதுமே இஸ்ரேலிய நாட்டினர் மீது அனுதாபம் கொண்ட அமெரிக்கச் சமுதாயம் இன்று ஒரு மாறுதலை அடைந்திருப்பதை உணர முடிகிறது. மேற்காசிய யுத்தம் ஆரம்பித்த காலத்தில், அதாவது அக்டோபர் மாதத்தில், பத்திரிகைகளிலும் பொதுமக்களிடையேயும் மறுசிந்தனை இருந்ததாகத் தெரியவில்லை. வழக்கம்போலக் கட்டுரைகள், கடிதங்கள், கூட்டங்கள் எல்லாவற்றிலும் இஸ்ரேலிய ஆதரவுக் கோஷங்கள் நிறைந்திருந்தன. ஆனால் இப்போது எங்கும் ஒருவித மௌனம் உணரப்படுகிறது. அரபு நாடுகளின்

எண்ணெய் மறுப்புக்குக் கடுமையான கண்டனம் நேரடியாக எழவில்லை. ஓர் ஏகோபித்த விளைவு, நாடு அதன் எண்ணெய்த் தேவைக்குத் தன்னையே நம்பியிருக்க வேண்டும் என்ற எண்ணம் மேலோங்கியிருக்கிறது. பலர் இந்த அரபு எண்ணெய் மறுப்பை நியாயமாகக்கூடக் கருதுகிறார்கள். இந்த யுத்தம் தவிர்க்கப்பட்டிருக்கலாம் என்றும், ஆனால் அதற்கு அமெரிக்கா தன்னாலான எல்லா முயற்சிகளையும் மேற்கொள்ளவில்லை என்றும் கருதுகிறார்கள். நாட்டின் ஒவ்வொரு பிரஜையும் விசை உபயோகிப்பதைக் குறைத்துக் கொண்டு அவதிப்படப் போகும்போது ராணுவ ஸ்தாபனங்கள் மட்டும் மொத்த அமெரிக்க எண்ணெய்ச் செலவில் மூன்றில் ஒரு பங்குக்கும் மேலாகப் பறித்துக்கொள்வதில் வருத்தம் அடைகிறார்கள்.

இவ்வளவு சங்கடத்திலும் இது அமெரிக்கப் பொது மக்களுக்குப் பெருமையூட்டும் காலமாகவே இருக்கும் என்று தோன்றுகிறது. அதிபர் நிக்சனை எதிர்ப்பதில், ஜனநாயக மரபின் உச்சகட்டத்தில் இன்னும் தீவிரம் குறையாத நிலையில், அதே மக்கள் நாட்டின் கௌரவத்துக்காகத் தாங்கள் விசை உபயோகிப்பதில் பல தியாகங்கள் புரிவதற்குத் தயாராக இருக்கிறார்கள்.

4. ஒரு மறியல்

அயோவா சிடி, டிசம்பர் 8, 1973

உறைபனி பெய்து பாளம் பாளமாக உறைந்து கிடந்தது. நடைபாதையில் சில இடங்களில் உறைபனியை வாரித் தள்ளியிருந்தார்கள். அதுவும் சாலை நடுவே மோட்டார் கார்கள் செல்லும்போது சிதறி விழுந்த உறைபனியும் சேர்ந்து சிறிதும் பெரிதுமாக ஐஸ் குன்றுகளாக நடைபாதையோரம் குவிந்து கிடந்தன. கனத்தக் கோட்டுகளும் கைக்கு உறைகளும் அணிந்துகொண்ட மக்கள் அந்தக் குளிரிலும் நடமாடிக் கொண்டிருந்தார்கள். அவர்கள் மூச்சு விடும்போதும் பேசும்போதும் மூக்கிலிருந்தும் வாயிலிருந்தும் வெளியேறிய காற்றின் நீர்ப்பசை உடனே குளிர்ந்து புகைபோல உருக்கொண்டது. நாற்சந்திகளில் சாலைப் போக்குவரத்து மின் விளக்குகள் வழக்கம் போலப் பச்சையும் சிவப்பும் மாறி மாறிக் காட்டிக்கொண்டிருந்தன. உறைபனி காரணமாக வண்டிப் போக்குவரத்து, சிறிது வேகம் குறைந்ததாகக் காணப்பட்டது. பல பாதசாரிகள் 'நடக்காதே' சிவப்பு விளக்கை அசட்டை செய்த வண்ணம் சாலையைக் கடந்தார்கள்.

அந்தக் குறுகலான நடைபாதையிலும் ஒரு வட்டம் அமைத்துக்கொண்டு சில இளைஞர்கள் சுற்றிச் சுற்றி வந்தார்கள்.

“ஃபேரா பான்ட்களைப் பகிஷ்கரியுங்கள்” என்ற கோஷம் கொண்ட அட்டைகளைச் சுமந்தவண்ணம் வளைய வளைய வந்தார்கள். அவர்களைச் சேர்ந்த ஓர் இளைஞன் வருவோர் போவோரிடம் துண்டுப் பிரசுரம் ஒன்றை விநியோகித்துக் கொண்டிருந்தான்.

டெக்ஸாஸ், நியூ மெக்ஸிகோ மாநிலங்களில் தொழிற் சாலைகள் உள்ள ஃபேரா நிறுவனம் ஆண், பெண், குழந்தைகளுக்கான பான்ட்களைத் தயாரிக்கிறது. இந்தப் பேன்ட்கள் அமெரிக்காவின் எல்லா மாநிலங்களிலும் உள்ள துணிக்கடைகளில் விற்கப்படுகின்றன. பொதுவாக அமெரிக்காவில் ‘ரெடிமேட்’ உடுப்புகள்தாம் பெருமளவு விற்கப்படுகின்றன. ஒருவர் தனியாகத் துணி வாங்கி உடை தைத்துக்கொள்வது மிக அபூர்வம். இது மிகப் பெரிய பணக்காரர்களுக்குத்தான் சாத்தியம். எப்படிப்பட்ட உடலமைப்பு இருப்பவர்களுக்கும் ரெடிமேட் உடுப்புகள் கிடைத்துவிடும். ஃபேரோ பான்ட்கள் துணியின் தரத்துக்கும் தையல் மேன்மைக்கும் பெயர் போனவை.

வேலை நிறுத்தம் செய்வதற்கு உரிமை உள்ளதுபோல வேலைக்கு மறுஆள் வைத்துக்கொள்ள உரிமையும், அமெரிக்காவில் சில மாநிலங்களில் உண்டு. ஆதலால் ஃபேரா தொழிற்சாலைகள் பலவற்றில் வேலை நிறுத்தம் நடந்தாலும் ஓரளவு உற்பத்தியும் தொடர்ந்து நடந்துகொண்டிருக்கிறது. சட்டம் அதற்குரிய நிதான வேகத்தில் வேலை நிறுத்த வழக்கை ஆராய்ந்து வருகிறது. ஃபேரா பான்ட். தொழிற்சாலைகளில் பணிபுரிவோரில் பலர் கறுப்பர்களும் ஸ்பானிய இந்தியர்களுமாவார்கள். பாதிக்கப்பட்ட தொழிலாளர்கள் பாதிக்கு மேல் பெண்கள். இந்தத் தொழிற்சாலைகள் அயோவா சிடியிலிருந்து ஆயிரத்தைந்நூறு மைல்களுக்கு அப்பால் உள்ளன.

அயோவா சிடியின் 50000 மக்களுக்குச் சுமார் நாற்பது கடைகளில் உடுப்புகள் கிடைக்கும். இதில் மூன்று கடைகள் ஃபேரா பான்ட்களை விற்பனை செய்கின்றன. அந்தக் கடைகளின் முன்புதான் மறியல்.

தண்ணீர் கட்டியாக உறையும் அந்தக் குளிரிலும் அந்தப் பத்துப் பதினைந்து இளைஞர்கள் மறியல் அட்டைகளைச் சுமந்துகொண்டு நாளெல்லாம் சுற்றிச் சுற்றி வந்தார்கள். சிறிது வெயில் வெளிச்சம் வந்தபோது ஒரு பெண் அவர்களைப் பல கோணங்களில் புகைப்படம் எடுத்தாள். அன்றிரவு மீண்டும் கடுமையாக உறைபனி விழுந்தது.

5. ஓர் அமெரிக்க உள்ளூர்ப் பத்திரிகையின் ஞாயிறு மலர்

அயோவா சிடி, 17–12–1973

ஐக்கிய அமெரிக்காவின் ஐம்பது மாநிலங்களில் அயோவா மாநிலமும் ஒன்று. இதன் தலைநகர் டெமாயின். இந்த நகரத்தின் முக்கிய தினசரி 'டெமாயின் ரிஜிஸ்டர்', வார நாட்களில் ஒரு பிரதி சராசரியாக 18 பக்கங்கள் கொண்டிருக்கும். இதில் ஐந்து முழுப் பக்க விளம்பரங்கள். ஒவ்வொரு தினமும் துண்டு விளம்பரங்கள் சுமார் ஐந்து பக்கங்கள். உலக, தேசிய, மாநிலச் செய்திகளுடன் பொது விவரக் கட்டுரைகள் நான்கைந்தாவது இருக்கின்றன. பத்திரிகையின் பிரதி பத்து சென்ட்கள் விலை; அதாவது இந்திய நாணயம் 75 காசுகள்.

'டெமாயின் ரிஜிஸ்டர்' ஞாயிறு தோறும் பல அமெரிக்கத். தினத்தாள்கள்போல் வார மலராக வெளிவருகிறது. டிசம்பர் 16ஆம் தேதி ஒன்பது பகுதிகள் கொண்டு மொத்தம் 86 பக்கங்களாக வெளிவந்தது. இதில் ஒரு தனிப்பகுதி டெலிவிஷன் நிகழ்ச்சி விவரங்கள். செய்திகள், கட்டுரைகள்; ஒரு பகுதி விளையாட்டு, ஒரு பகுதி குழந்தைகளுக்கான வண்ணக் கதைப் படங்கள்; ஒரு பகுதி பண்ணை விவரங்கள், கட்டுரைகள், (அயோவா அமெரிக்காவின் முக்கியப் பண்ணை மாநிலம்.)

பத்திரிகையில் முதலிரண்டு பகுதிகள் மிக முக்கியமானவை. முதலில் செய்திகள், முதல் பக்கத்தில் எட்டுப் பத்துத் தலைப்புடன் அமெரிக்காவில் கிறிஸ்துமஸ் விடுமுறையை முன்னிட்டு நெடுந்தூரம் போக்குவரத்துச் சாதனங்களில் நிலவும் நெருக்கடி பற்றிய தகவல்கள், இருபதாண்டுகளில் இப்படிப் பட்ட கூட்டம் கிடையாது என்று விமான நிறுவனத்தார் கூறியிருக்கிறார்கள். அமெரிக்காவில் இன்று பயணிகள் செல்லும் ரெயில்கள் மிகவும் குறைவு. இந்த ரெயில்களில் இப்போது அசாத்தியக் கூட்டம். அதாவது பல நாட்களுக்கு முன்பே ரிசர்வ்செய்து இடம் நிரம்பிவிட்டது. பேருந்துகளில் ரிசர்வேஷன் என்று கிடையாது. அதிகப்படிப் பயணிகளுக்கு நிறையப் பஸ்கள் ஓட்டி நிலைமையைச் சமாளித்துவிடுவோம் என்று பஸ் நிறுவனத்தார் உறுதி தருகிறார்கள். அமெரிக்காவில் விமானம், ரெயில், பஸ் எல்லாமே தனியார் நிறுவனங்கள்.

இரண்டு பத்தித் தலைப்பில் இரு விஷயங்கள். ஒன்று கத்தோலிக்க மதகுரு ஒருவர் தற்சமயம் அதிகரித்துவரும் விவாகரத்து எண்ணிக்கையைக் குறைக்கத் திட்டம் வகுப்பது பற்றியது. இரண்டாவது, ஐந்து மாத காலம் இத்தாலியக்

கொள்ளைக்காரர்களிடம் சிக்கி, இரண்டரை கோடி ரூபாய் மீட்புப் பணம் கொடுக்கப்பட்ட பின் விடுவிக்கப்பட்ட பால் கெட்டி என்னும் 17 வயதுச் சிறுவனைப் பற்றியது. இவன் அமெரிக்கக் கோடீசுவரரின் பேரன்; இந்த ஐந்து மாத காலத்தில் கொள்ளைக்காரர்களால் ஒரு காதை இழந்தவன். இந்தக் காதை அந்தச் சிறுவனின் அடையாளமாக அனுப்பி, அவர்கள் கேட்கும் பணம் கொடுக்கப்படாவிட்டால் சிறுவனை இன்னும் பங்கப்படுத்துவோம் என்று கொள்ளைக்காரர்கள் எச்சரிக்கை விடுவித்திருந்தார்கள்.

அப்புறம் சிறிதும் பெரிதுமாகப் பதினைந்து வெவ்வேறு செய்திகள், இவ்விவரங்களை வேறு பக்கங்களில் தொடர்வதில் இவர்கள் தயங்குவதில்லை. அதனால் முதல் பக்கத்திலேயே எல்லா முக்கியச்செய்திகளின் சாரமும் கொடுக்கப்பட்டு விடுகிறது.

இவ்வார மலரின் இன்னொரு முக்கியப் பகுதி 'கருத்துகள்' என்ற தலைப்புக் கொண்டது. இதில் பல விஷயங்களைப் பற்றிய கட்டுரைகள் உள்ளன. இப்பத்திரிகையின் தலையங்கங்கள் இந்தப் பகுதியில்தான் இருக்கின்றன. அரசியல், பொருளாதாரம், அமெரிக்க உள்நாட்டு நெருக்கடி, புத்தக விமர்சனம், சட்ட விஷயங்கள், கலை, சுற்றுப் பயணம், சினிமா, தோட்டக்கலை இவற்றையெல்லாம் பற்றித் தேர்ச்சியான விரிவான கட்டுரைகள் இருக்கின்றன. இந்தப் பத்திரிகையின் அரசியல் கேலிச் சித்திரமும் இப்பகுதியில்தான் இருக்கிறது.

இந்த ஞாயிறு மலர்ப் பக்கங்களில் சுமார் 60 சதவீதம் விளம்பரங்களுக்குப் போய்விடுகிறது. தினசரிச் சராசரியும் இதுதான். ஞாயிறு மலரின் விலை 35 சென்ட்கள்; அதாவது இந்திய நாணயம் ரூ.2.15.

6. கிருஸ்துமஸ் கூட்டம்

அயோவா சிடி, டிசம்பர் 20, 1973

தபால் நிலையத்தில் மூன்று பெரிய கியூ வரிசைகள். தபால் நிலையத் தலைவர் நெருக்கடியைப் பார்த்து இன்னொரு வரிசைக்கும் ஏற்பாடு செய்தார். வாரக் கணக்கில் தபால் நிலையத்தில் இதேபோலக் கூட்டம்.

இந்தக் கூட்டம் மொத்தமாகத் தபால் தலைகள் வாங்குவதற்கு ஒரு சாதாரண, சராசரி அமெரிக்கக் குடும்பம் கிறிஸ்துமஸ் காலத்தில் நூறு வாழ்த்துக் கடிதங்களுக்குக் குறையாமல் அனுப்புகிறது. பொதுவாழ்க்கை அல்லது வியாபாரத்துறையில் இருப்பவர்கள், பிரபலமானவர்கள்

பல நூறு வாழ்த்து அட்டைகள் அனுப்புகிறார்கள். வாழ்த்து அட்டைகள் தயாரிப்பும் விற்பனையும் நவம்பர், டிசம்பர் மாதங்களில் உச்சகட்டத்தை எட்டுகின்றன.

தபால் நிலையத்தில் கூட்டம் தபால்தலை வாங்குவதற்கு மட்டுமல்ல; பரிசுப் பொருள்கள் அனுப்புவதற்கும். அமெரிக்காவில் தபால் மூலம் பரிசுகள் அனுப்புவதும் பெறுவதும், அதுவும் இந்த அளவுக்கு அது சர்வசாதாரணமாகி யிருப்பது எந்த இந்தியனையும் மிகப் பெரும் பிரமிப்பில் ஆழ்த்தும். இங்கே இவர்கள் சிறிதும் பெரிதுமான பரிசுப் பொருள்களை, லட்சக்கணக்கில், அநேகமாக மெல்லிய அட்டைப் பெட்டியில் போட்டு மூடியைக் காகிதம் ஒட்டி அனுப்புகிறார்கள். சாதாரணப் 'பார்சல்' தபால்தான். பதிவு செய்வது மிகவும் அபூர்வம். அப்படியிருந்தும் தபாலில் பொருட்கள் சேதமடையும் அல்லது தொலையும் அல்லது திருட்டுப் போகும் என்ற எண்ணம் இவர்களுக்குத் தோன்றுவ தில்லை தபால் சேவை அவ்வளவு நம்பிக்கையையும் நன் மதிப்பையும் பெற்றிருக்கிறது.

இந்தியாவில் எப்படிச் சிவப்பு நிறம் தபால் இலாக்காவை நினைவூட்டுமோ அதேபோல நீல நிறத்தையே பொதுவாகத் தபால் இலாக்காவில் உபயோகிக்கிறார்கள். தோல் பெட்டிகளை நீல நிறத்தில் பல தெருமுனைகளிலும் காணலாம். மழை, உறைபனி விழும் காலங்களில் பாதுகாப்பாக இருக்க வேண்டுமென இந்தப் பெட்டிகளின் வாய்கள் ஒரு புதுவிதமாக அமைக்கப்பட்டிருக்கின்றன

விசைத் தட்டுப்பாட்டினால் அலங்கார விளக்குகளை இந்த ஆண்டு கிறிஸ்துமஸுக்கு அதிகம் பயன்படுத்த வேண்டாம் என்று அரசாங்கம் ஒரு மாதத்துக்கு முன்பே வேண்டுகோள் விடுத்திருந்தது. இந்த வேண்டுகோள் அதிகம் மதிக்கப்படுவதாகத் தெரியவில்லை. அலங்கார ஜோடனைப் பொருட்களின் விற்பனை பாதிக்கப்பட்டதாகக் கடைக்காரர்கள் உணரவில்லை. பார்க்கப்போனால் இந்த ஆண்டு கிறிஸ்துமஸ் விற்பனை முந்திய ஆண்டுகளைக் காட்டிலும் உயர்ந்திருக்கிறது.

7. அமெரிக்கக் குடும்பங்கள்

அயோவா சிடி, டிசம்பர் 30, 1973

இந்த நூற்றாண்டின் தொடக்கத்தில் ஐக்கிய அமெரிக்காவின் மொத்த மக்கள் தொகையில் மூன்றில் ஒரு பங்கு பண்ணைக் குடும்பங்களாக இருந்திருக்கிறது. நாற்பதாண்டுகளுக்குப் பிறகு இந்த விகிதம் ஐந்தில் ஒன்றாகக்

குறைந்திருக்கிறது. 1970இல் இது இருபதில் ஒன்றாக இறங்கி யிருக்கிறது. இன்றைய அமெரிக்கக் கிராமப்புறக் குடும்ப மக்கள் தொகை ஒன்றரைக் கோடி. இப்புள்ளி விவரங்கள் சமீபத்தில் மக்கள் தொகை இலாக்காவால் வெளியிடப்பட்ட அறிக்கையில் காணப்படுகின்றன.

இந்த அறிக்கையில் இன்னும் சில புள்ளி விவரங்கள் அமெரிக்கக் குடும்ப வாழ்க்கையின் சில நுணுக்கங்களைத் தெளிவாக்கக்கூடும். உதாரணமாக, மொத்த அமெரிக்கக் குடும்பங்களில் (ஐந்தேகால் கோடி) எட்டுக் குடும்பங்களில் ஒன்றுக்குக் குடும்பத் தலைவர் பெண்களே.

அமெரிக்கக் குடும்பங்களைப் பற்றி இன்னொரு தகவலும் குறிப்பிடத்தக்கது. ஒவ்வோர் ஆண்டும் ஐந்து குடும்பங்களில் ஒன்று இடம் பெயர்ந்து வேறிடம் செல்கிறது. ஒரு மாநிலத்தை விட்டு இன்னொரு மாநிலத்துக்குச் செல்வதற்கும் அங்கே குடியேறுவதற்கும் அவர்கள் தயங்குவதில்லை. (ஆனால் அமெரிக்காவெங்கும் ஒரே மொழி) இப்படி இடம்பெயர்வதிலும் கறுப்பர் குடும்பங்கள் முன் நிற்கின்றன.

இன்றைய அமெரிக்க மனைவிகளில் பாதிப் பேர் வேலைக்குச் செல்கிறார்கள். இருபதாண்டுகளுக்கு முன்பு இது கால்வாசியாகத்தான் இருந்திருக்கிறது. இன்றைய குடும்பத் தலைவர்கள் அதிகக் கல்வி வசதி பெற்றிருக்கிறார்கள். சராசரி, பன்னிரண்டு ஆண்டுகள் பள்ளியிலும் கல்லூரியிலும் கல்வி கற்றிருக்கிறார்கள்.

குழந்தைகளின் எண்ணிக்கை குறைந்திருக்கிறது. 1900இல் சராசரியாக ஒவ்வொரு குடும்பமும் நான்கு குழந்தைகளுக்கு அதிகமாகவே கொண்டிருந்தது. 1960இல் இது மூன்றாகவும், இன்று இரண்டாகவும் குறைந்திருக்கிறது. ஆனால் திருமண வயது அதிகம் மாற்றம் பெறவில்லை. ஒரு சராசரி அமெரிக்க ஆண் 23 வயதிலும் பெண் 21 வயதிலும் திருமணம் செய்து கொள்கிறார்கள்

கலைமகள், 1975

பார்க்குக்குப் போகலியா?

ஒரு நாற்காலியோ பேனாவோ உங்களுக்குப் பழகிவிட்டால் சிறிது காலத்திற்குப் பிறகு நீங்கள் அவற்றோடு பேசுவீர்கள். அவை உங்களுடன் பேசும், நான் சைக்கிளுடன் பேசுவதைப் போல. பார்க்குடன் பேசிக்கொண்டிருப்பதைப் போல.

என் சைக்கிள் என்னுடன் தன்னைப் பற்றி நிறையப் பேசுகிறது, அதன் கவலைகள், வலிகள், வேதனைகள், இன்னும் ஏன் செயினை மாற்ற வில்லை என்று இப்போதெல்லாம் எடுத்த எடுப்பிலே சண்டையே போடுகிறது.

'இந்தத் தெரு இருக்கும் லட்சணத்தைப் பார்'– என்று இடித்துரைக்கிறது. நேற்று சைக்கிளைக் கடன் வாங்கிப் போனவன் தன்னைத் தாறுமாறாகப் பயன்படுத்தியதைப் பல புது முணுமுணுப்புகளுடன் பெருமூச்சுகளுடனும் சொல்லிக் கொண்டேயிருக்கிறது.

ஒரு காலத்தில் சைக்கிளை வெளியே எடுத்தால் அதுவாகவே என்னை தி. நகர் நடேச முதலியார் பூங்காவுக்கு இழுத்துச் செல்லும். மழை, பனி நாட்களில்கூட இங்கு உட்கார்ந்து நான் நூற்றுக்கணக்கான பக்கங்கள் தமிழிலும் ஆங்கிலத்திலும் எழுதியிருக்கிறேன். காலை உலாவுக்கு அங்கு வரும் பலரும் என்னைப் பார்த்தும் பாராதது போலிருப்பார்கள். நானும் அப்படித் தான். லால்குடி ஜெயராமன் மட்டும் தன்னுடைய பிரம்மாண்டமான கண்களைக்கொண்டு ஒரு

முறை உற்றுப் பார்ப்பார். நான் இந்தப் பூங்காவில் உட்கார்ந்து எழுதுவது பலருக்குத் தெரிந்து, நான் வீட்டில் இல்லையென்றால் உடனே நேராக இந்தப் பூங்காவுக்கு வருவார்கள். மோட்டார் சைக்கிள் ஓசை கேட்டால் அது அநேகமாக சுப்ரமணிய ராஜுவாகத்தான் இருக்கும்.

நடேச முதலியார் ஜஸ்டிஸ் கட்சியின் முதல் தலைவர்களில் ஒருவர். தி. நகரே பல ஜஸ்டிஸ் பிரமுகர்களின் பெயர்களைச் சாலைகளுக்கும் பூங்காக்களுக்கும் கொண்ட இடம். யாருமே இல்லாமல் பூங்கா அமைதியாக இருக்கும்போது நடேச முதலியார் என் பக்கத்தில் வந்தமர்ந்து, "என்ன தம்பி, நேத்து உன்னைக் காணோம்?" என்று கேட்கிற மாதிரி இருக்கும். நான் நடேச முதலியாரைப் பார்த்ததில்லை. நான் சென்னை நகருக்கு வருவதற்கு முன்பே அவர் காலமாகிவிட்டார். ஆனால் நிறைய அவரைப் பற்றி நினைத்திருக்கிறேன். நான் எப்படியும் ஒருநாள் அவர் முன் போய் நிற்க வேண்டி வரும். "என்ன தம்பி, நீ பார்க்குக்குப் போகலையா?" என்றுதான் கேட்பார்.

இப்போதெல்லாம் பார்க்குக்குப் போக முடிவதில்லை. அங்கு கூட்டம் அதிகமாகிவிட்டது. காவல்காரர்கள் சைக்கிளை உள்ளே கொண்டு போகக் கூடாது என்கிறார்கள். என் சைக்கிள் என்னிடம் சதா புகார் செய்துகொண்டிருப்பதுபோல, நானும் நடேச முதலியாரிடம் புகார்செய்ய வேண்டும்.

சாவி, 1987

காஃபி – கிரீம் – கமலாதாஸ்!

உலகப் புத்தகச் சந்தைகளில் ஃபிராங்க்ஃபர்ட் சந்தைதான் மிகப் பெரியதென்று கூறுகிறோம். அதுவே மிகப் பழமையானதாகவும் இருக்க வேண்டும். முதல் சந்தை கி.பி. 1564ஆம் ஆண்டு நடந்ததாகத் தெரிகிறது. இரு நூறாண்டு களுக்குப் பிறகு சந்தை லீப்ஜிக் நகரத்துக்கு எடுத்துச் செல்லப்பட்டிருக்கிறது. இரண்டாம் உலக யுத்தம் முடிந்து இரு ஜெர்மனிகளும் ஒன்றான பிறகு சந்தை மீண்டும் ஃபிராங்க்ஃபர்ட் நகரத்துக்குத் திரும்பிவிட்டது. கடந்த இரு ஆண்டுகளாக மட்டும் மொத்தம் எண்பதுக்கு மேற்பட்ட நாடுகளிலிருந்து ஏழாயிரத்துக்கும் அதிகமான பதிப்பாளர்கள் சந்தையில் பங்கேற்றிருக்கிறார்கள். சந்தையில் விற்பனை கிடையாது. வெவ்வேறு நாடுகளிலிருந்து வெளிவரும் புதிய நூல்களை நேரில் கண்டறிவதோடு பிற நாட்டுப் பதிப்புகளுக்கும் மொழிபெயர்ப்பு ஏற்பாட்டுக்கு மட்டும் வாய்ப்பு உண்டு. 1986ஆம் ஆண்டு இச்சந்தை இந்தியாவுக்குச் சிறப்பிடம் கொடுத்து ஒரு தனிக் காட்சிச் சாலையில் 600க்கும் மேற்பட்ட இந்திய நூல்களைப் பார்வைக்கு வைத்து 'இந்திய விழா' நடத்தியது. தமிழ் நூல்கள் சுமார் 300 இடம்பெற்றிருந்தன. மனித குலத்தின் அனைத்து ஞானத்தையும் இந்நூல்கள் கொண்டிருக்கலாம். ஆனால் காட்சிச் சாலை பிற வெளியீடுகள் மத்தியில் அடக்கத் தோற்றத்துக்கு எடுத்துக்காட்டாக இருந்தன.

இந்தியாவிலிருந்து 25 எழுத்தாளர்கள் அழைக்கப் பட்டிருந்தார்கள், ஆங்கில மொழியில் எழுதுபவர்களில் முக்கிய மானவர்கள் அனைவருமே இருந்தார்கள். ஆர்.கே. நாராயணன், அனிதா தேசாய், முல்க்ராஜ் ஆனந்த், நிஸ்ஸிம் ஜெகியல், திலீப் சித்ரே, கமலாதாஸ், மற்றும் ஏ.கே. ராமானுஜன், ஹிந்தியில் அக்ஞேய, மன்னு பண்டாரி விஷ்ணுகரே, ரகுவீர் சஹாய், நிர்மல் வர்மா, வங்காள மொழியில் மூவர் : மகாஸ்வேதா தேவி, அனீஸ் கங்கோபாத்யாய, கவிதா சின்ஹா, உருதுவில் இருவர், மராட்டியில் இருவர். தமிழ், கன்னடம், ஒரியா, குஜராத்தி, ராஜஸ்தானி மொழிகளில் தலா ஒருவர்.

தமிழ் எழுத்தாளராக ஃபிராங்க்ஃபர்ட்டுக்குச் சென்றவன் நான்தான்.

செப்டம்பர் 25ஆம் தேதியிலிருந்து அக்டோபர் 16வரை ஏறக்குறைய மூன்று வாரங்கள் நான் மேற்கு ஜெர்மன் மண்மீது கால் பதித்து காற்றைச் சுவாசித்தேன் ஃபிராங்க்ஃபர்ட்டில். இதில் பத்து நாள்கள் ஹோட்டல் ஆர்கேடில் பிற இந்திய எழுத்தாளர்களுடன் தங்கியிருந்தேன்.

க.நா.சு. அவர்களின் ஒரு புகழ் பெற்ற கவிதையில் இறுதி வரி தெய்வமும் மனிதனே. தெய்வமே மனிதராகி விடும்போது எழுத்தாளர்கள் எம்மட்டும்? அவர்களும் மனிதர்களே அதுவும் பழக்கமும் நிர்ப்பந்தமுமான அன்றாடக் கவலைகளிலிருந்து விடுபட்டு அந்நிய மண்ணில் தன்னை அடையாளம் கண்டு கொள்ள முடியாத சூழ்நிலை தரும் சுதந்திரம் அனுபவிக்கும் போது அவர்கள் நூற்றுக்கு நூறு மனிதர்கள்.

நான் சென்ற விருந்துகள், முழங்கிய உரைகள், கைகுலுக்கிய கோடீச்வரர்கள் பற்றிக் கூறுவதைவிட, இந்த மனிதர்கள் பற்றிக் கூறுவது அதிக சுவாரசியமாக இருக்கும். இந்த வரலாறு இன்னும் எழுதி முடிக்கப்படவில்லை. ஆனால் அதிலிருந்து ஒரு பகுதி மட்டும் இங்குத் தரப்படுகிறது. இதன் பிரதான பாத்திரம் கமலாதாஸ் அவர்கள். இவரை மலையாள மொழிப் பிரதிநிதியாகவே குறிப்பிட்டாலும் புத்தகச் சந்தை அமைப்பாளர்கள் இவரை ஆங்கில மொழியில் எழுதும் கவிஞராகத்தான் அழைத்திருந்தார்கள்.

தமிழ்ப் பத்திரிகைகளைத் தவறாமல் படித்துச் சற்று நினைவிலும் வைத்திருப்பவர்களுக்குக் கமலாதாஸ் அறிமுக மல்லாதவரல்லர். இவர் எழுதிய சுயசரிதை புனை கதைகளை விட அதிக ஆர்வத்துடன் படிக்கப்பட்டது. தமிழ் மொழியாக்கத் திலும்தான். ஆனால் இவையெல்லாம் மீறித்தான் அவர் ஒரு கவிஞராகத் திகழ்கிறார்.

காலை 6.28 எனக்கு 6.28 என்று பழக்கமாகச் சில நாள்களாயின. காரணம் ஃபிராங்ஃபர்ட் நேரத்துக்கும் இந்திய நேரத்துக்கும் இடையேயுள்ள நாலரை மணி வித்தியாசம். அத்துடன் நான் ஜெர்மனி போய்ச் சேர்ந்த இரண்டாம் நாள் 'குளிர் கால நேரம்' என்று கடியாரத்தை ஒரு மணி நேரம் பின்தள்ளி வைத்துவிட்டார்கள்.

காலை 6.28க்கு ஹோட்டலில் என் அறையை விட்டுக் கிளம்பி லிஃப்டை அடைய அரை நிமிடம். லிஃப்ட் பொத்தானை அழுத்தி அது இரண்டாம் மாடி வர அரை நிமிடம். அதில் நான் புகுந்துகொண்டு ஹோட்டல் வரவேற்பறை இருந்த தரைத்தளத்திற்குச் சென்றடைய அரை நிமிடம். அங்கிருந்து ஹோட்டல் ரெஸ்டாரண்டுக்குப் போயடையச் சரியாக ஆறரை மணியாகும். ரெஸ்டாரெண்ட் திறந்தாயிற்று என்பதற்கு அடையாளமாக அதன் பொறுப்பாளர் அன்னாமேரி எல்லா விளக்குகளையும் எரியவிட்டு மிருதுவான சங்கீதம் ஒலிக்கும் இசையையும் போடுவாள். ரெஸ்டாரெண்டின் முதல் வரிசையிலுள்ள மேஜைக்குதான் போவேன். அங்கு ஏற்கெனவே கமலாதாஸ் உட்கார்ந்திருப்பார். அன்னாமேரி சிரித்த முகத்துடன் ஒரு சிறு ஜாடி நிறைய டீ டிகாஷன் கமலாதாஸுக்குக் கொண்டு வருவாள். நான் காபி மேஜைக்குச் சென்று ஃபிளாஸ்கிலிருந்து காபி டிகாஷனை ஊற்றிக் கொண்டு வருவேன்.

அந்த ஹோட்டல் ரூம் வாடகையில் காலை உணவும் அடக்கம். பணக் கவலையே இல்லாமல் உண்ணக்கூடிய 'பிரேக்ஃபாஸ்ட்டி'ல் பிரசித்தமான ஜெர்மன் ரொட்டி வகைகள், சீஸ் எனப்படும் பால் கட்டி வகைகள் ஒரு நீளமான மேஜை மீது ஏராளமாகப் பரப்பி வைக்கப்பட்டிருக்கும். அசைவக்காரர்களுக்கு நான்கைந்து வகை இறைச்சி. பொதுவான பானம் காபிதான். அன்னாமேரி நான்கைந்து பெரிய பிளாஸ்குகளில் காபி டிகாஷன் எடுத்து வைத்து விடுவாள். மிக வலுவான ஜெர்மன் காபி ரூம் வாடகையில் அடக்கம் என்றாலும் இரு கோப்பைகளுக்கு மேல் குடிக்க முடியாது. காலை உணவு, அதாவது பிரேக் ஃபாஸ்ட், நேரம் காலை ஆறரையிலிருந்து பத்து வரை. அதற்குப் பிறகு ஒரு கோப்பை காபிக்கு இரண்டரை மஸ்க் அதாவது சுமார் பதினைந்து ரூபாய் தர வேண்டும். ஒரு ரொட்டித் துண்டுக்கும் நான்கைந்து காய்கறிகளுக்கும் எட்டு மார்க் அதாவது நாற்பத்தெட்டு ரூபாய், பத்து மணி வரையில் எல்லாம் இனாம்தான். ஆனால் ஆறரை மணிக்கு ஒரு கோப்பை காபிக்கு மேல் என்னால் நினைக்கக்கூட முடிந்ததில்லை கமலாதாஸ் அப்போதே காலை உணவு சாப்பிடத் தயாராக இருந்தார்.

“குளித்துவிட்டீர்கள் போலிருக்கிறது” என்றேன்.

“ஆமாம். காலையில் எழுந்தவுடனேயே எல்லாவற்றையும் முடித்துவிடுவேன். இந்த வேளையில் எங்கள் வீட்டில் இட்லி தயாராக இருக்கும்.”

“இங்குகூட ஓரிடத்தில் இட்லி கிடைப்பதாக ஆர்.கே. நாராயணன் சொன்னார். ஆனால் இந்த வேளைக்குக் கிடைக்குமா என்பது சந்தேகந்தான்”.

“நீங்கள் ஏன் பெர்லினுக்குப் போகவில்லை?” என்று கேட்டார். ஃபிராங்க்ஃபர்ட் சந்தை நடந்த அதே நாட்களில் பெர்லினில் உலக மலையாள மாநாடு நடத்தத் திட்டமிடப் பட்டிருந்தது.

“மலையாள மாநாட்டில் தமிழனுக்கு என்ன வேலை”

“அதனால் என்ன? மது நாயர் கூப்பிட்டபோது நீங்கள் போயிருக்க வேண்டும் என்று தோன்றுகிறது.” மதுநாயர் நியூயார்க்கில் ஏதோ உற்பத்திச் சாலை நடத்தும் இந்தியர். இந்த உலக மலையாள மாநாடு நடத்துவதில் அவருக்கு முக்கிய பங்குண்டு, அவரும் நானும் முந்தைய தினம் சிரித்துப் பேசிக்கொண்டிருந்ததைக் கமலாதாஸ் கவனித்திருக்க வேண்டும்.

“காலை ஐந்து மணிக்குக் காபி கிடைப்பதனால் வட துருவம்கூடப் போகலாம்.”

“குட்மார்னிங்! குட்மார்னிங்!” என்று சொல்லியபடி இந்தியாவின் மிகப் பெரிய பிரசுர நிறுவனங்களில் முக்கியமானதான ஹிந்த் பாக்கெட் புக்ஸின் உரிமையாளர் மல்ஹோத்ரா எங்கள் அருகில் வந்து உட்கார்ந்துகொண்டார். அவர் அதிகாலையிலே எழுந்துவிடுவார் என்பதில் சந்தேகம் இருக்க முடியாது. ஒரு பிரத்யேகப் புகைப்படத்துக்கு ஆஜராவதுபோல ஆறரை மணிக்கே மிகக் கவனமாகவும் பூரணமாகவும் உடை உடுத்திக்கொண்டு வருவார். அதற்கு நேர்மாறாக நான் அந்த வேளையில் காலுக்கு சாக்ஸ் இல்லாமல் ஜோடு அணிந்து கொண்டிருப்பேன். சட்டையின் காலர் இரவு முழுவதும் தலையணையில் நசுங்கிக் கசங்கியதைக் காட்டிக்கொண்டிருக்கும். குளித்த பிறகே நான் சவரம் செய்து கொள்வதால் என் முகம் அப்போது அவ்வளவு வழவழப்பாக இருக்காது.

அன்னாமேரி மல்ஹோத்ராவைப் பார்த்து, “குட்டன் மார்கன்! கஃபீ?”என்றாள்.

மல்ஹோத்ரா ஒரு கணம் பிரமித்துப் புகைப்படம் போல அசைவற்று இருந்தார். பிறகு அன்னாமேரியின் கேள்வியைப் புரிந்துகொண்டு, "டீ. டீ," என்று பதில் சொன்னார்.

அன்னாமேரி, "டீஇ?" என்று சந்தேகத்துக்கு ஒரு முறை கேட்டாள். பிறகு டீ டிகாஷன் தயாரித்து வரச் சமையலறைக்குச் சென்றாள். ஜெர்மனியில் காபிக்கு ஒரு மாத்திரை குறைத்து 'கஃபீ' என்பார்கள். அதற்கு ஈடு செய்யத்தான் டீயை, (டீ)இ என்று நீட்டி முழக்குகிறார்கள் போலிருக்கிறது.

நான் இரண்டாவது கோப்பைக் காபி குடிக்கலாமா என்று யோசித்துக் கொண்டிருந்தபோது மல்ஹோத்ரா கிரீம் குவளை மூடியைத் திறக்க முடியாமல் திண்டாடிக்கொண்டிருந்தார். பாலுக்குப் பதில் இந்தக் கிரீமைத்தான் நாம் டிகாஷனில் கலந்துகொள்ள வேண்டும். கிரீம் திறந்த பாத்திரத்திலல்லாமல் குங்குமச் சிமிழ் போன்ற சிறு சிறு குவளைகளில் மெல்லிய உலோகத்தகட்டால் மூடி ஸீல் செய்யப்பட்டிருக்கும். அந்த மூடியை அகற்ற நம் விரல்களுக்கு நல்ல வலு வேண்டும். எவ்வளவுதான் கவனமாக மூடியை விலக்கினாலும் கள்ளிச் சொட்டுப் போன்ற கிரீம் பீச்சியடித்துச் சிதறும். எப்படி எப்படியோ சிதறும். என்னுடைய உடைகள் அனைத்தையும் உன்னிப்பாகப் பார்த்தால் பல இடங்களில் கிரீம் சிந்தித் துடைத்திருப்பது தெரியும். முந்தைய இரவுதான் ஒரு கிரீம் குவளையைத் திறக்க நான் படாத பாடு பட்டபோது அருகிலிருந்த ஜெர்மன் பெண்மணி ஒருத்தி, "உங்களுக்குச் சுலபமான வழி கற்றுத் தருகிறேன்." என்று சொல்லிக் குவளை மூடியை இடது கைக் கட்டை விரல் நகத்தினால் ஓரிடத்தில் கீறினாள். பிறகு கீறிய இடத்திலிருந்து மூடியைப் பிய்த்தெடுத்தாள். குவளையில் கிரீமின் மேற்பரப்பில் ஒரு சிறு சலனம்கூட இல்லை.

மல்ஹோத்ரா குவளை மூடியைத் திறக்க முடியாத விரக்தி நிலையில் விபரீதமாக ஏதாவது செய்துவிடுவார் போலிருந்தது. எனக்கு அந்தப் பெண்மணி கற்றுக் கொடுத்த முறையைப் பரிசோதித்துப் பார்க்க இது ஒரு நல்ல தருணம் என்று தோன்றியது.

"இங்கே கொடுங்கள், மிஸ்டர் மல்ஹோத்ரா. நான் திறந்து தருகிறேன். இதற்குச் சுலபமான வழி இருக்கிறது" என்று சொன்னேன்.

மல்ஹோத்ரா அந்தக் கணமே கிரீம் குவளையை என்னிடம் கொடுத்துவிட்டார். என் இடது கைக்கட்டை விரலை நெருடிப் பார்த்துக்கொண்டேன். அந்தப் பெண்மணியுடைய நகம்போல என் நகம் வளர இன்னும் ஒரு மாதமாவது தேவைப்படும் என்று

தோன்றியது. இருக்கும் துளியளவு நகம் குவளையின் மேல் தகடு மீது சிறிதாவது பட வேண்டும் என்று விரலை அழுத்தினேன்.

அடுப்பில் பச்சை மிளகாயைப் போட்டால் வெடிப்பது போன்றதொரு சப்தம். என் கைக் கட்டை விரல் குவளையின் மேல் மூடியை உடைத்துக்கொண்டு குவளையினுள் அப்படியே இறங்கிவிட்டது. திரவ பண்டங்களின் பௌதிக விதிப்படி என் கட்டை விரல் கொள்ளளவுக்குச் சமானமான அளவு கிரீம் பீறிக்கொண்டு கிளம்பி மல்ஹோத்ராவின் முகத்திலும் கோட்டிலும் டையிலும் விழுந்து பரவியது

என்றென்றும் மல்ஹோத்ரா என் நூல்களை வெளியிட மாட்டார் என்பதில் எனக்குச் சந்தேகம் இல்லை. ஆனால் எனக்கு கமலாதாஸ் பற்றியும் சந்தேகம் வந்தது. காரணம் அன்று அதிகமாகச் சிரித்தது அவர்தான்.

அமுதசுரபி, 1987

நேர்காணல்கள்

ஒரு கலந்துரையாடல்

அபிப்பிராயங்கள் என்பவையைச் சொல்லப்படும் அந்த நிமிடத்துக்கு மட்டுமே உண்மை என்று எடுத்துக்கொள்ள வேண்டும். நான் சொன்னதைவிடச் சொல்லப்படாததும் நிறைய இருக்க முடியும். பிற்பாடு யோசித்துப் பார்க்கும் போது எனக்கு இன்னும் சொல்லியிருக்கலாம் என்றும் தோன்றும். அதனால் இங்கு சொல்பவைகளை முடிந்த முழு உண்மைகள் என்று கொள்ள வேண்டியதில்லை. என் படைப்புக்கள் வரை, பாத்திரங்களுக்கு முன் மாதிரிகள் இருக்கக் கூடும். இருக்கின்றன. ஆனால் முன் மாதிரிகளை அப்படியே பாத்திரங்களாக்கி விடுவதில்லை. ஒரு முன் மாதிரியை வைத்துப் படைக்கப்பட்ட பாத்திரம், முற்றிலும் புதிய ஒன்றாக ஆகி நிற்கவும் முடியும். நான் முடிவுகளைத் தீர்மானித்துக் கொண்டு எழுதுவதில்லை. பாத்திரங்களும் பிரச்சினைகளும் என் பார்வைக்கேற்ப தாமே ஒரு விடுவிப்பை ஏற்படுத்திக்கொள்கின்றன. என்னை நான் ஒரு சோதனைப் படைப்பாளி என்று சொல்லிக்கொள்ள முடியாது. என் காலத்திற்கேற்ப விஷயங்களும் சொற்பிரயோகங்களுமே உடையவை. இவற்றில் காலத்தின் பரிணாம மாறுதல் இருக்கும். என் பார்வைக்குட்பட்ட பிரச்சினைகள் அவசியம் என் படைப்பில் இருந்தே தீரும். ஆனால் நான் வலுக்கட்டாயமாகப் பிரச்சினைகளை உருவகப்படுத்தி எழுதுவதில்லை. நான் எழுதியதற்குப் பண நோக்கம் உண்டா என்பது எனது இலக்கிய வரலாற்றைப் பார்த்தால் தெரியும். புகழும் ஆதாரமாக இல்லை இவை incidental... என்

கதையைப் படிக்கும்போது முதல் வாசிப்பில் பலருக்குப் பல விஷயங்கள் தவறிவிட இடமிருக்கிறது. முக்கிய காரணம் அவை நாம் சாதாரணமாகக் கருதும் அன்றாட நடைமுறை வாழ்க்கைத் தகவல்கள். **ஆனால் அத்தகவல்கள் நான் தரும் அமைப்பில் ஒரு திசையைச் சுட்டிக்காட்டுகின்றன**. காட்ட வேண்டும். ஆனால் அதற்காக நான் யாரையும் என் படைப்பை இரண்டாம் முறை படியுங்கள் என்று பலவந்தப்படுத்த முடியாது. செய்ய முடியாததை நான் செய்துவிட்டதாக நினைக்கவில்லை. பயிற்சியும் முயற்சியும் இருந்தால் என் மாதிரி யாரும் எழுதிவிட முடியும்.

விவாதம்:

கே: முழுவதும் வெறும் கற்பனையைக் கொண்டே நாவலோ சிறுகதையோ படைக்க முடியும் என்று கருதுகிறீர்களா?

ப: இல்லை, அடிப்படையாக ஓர் அனுபவம் வேண்டும். அந்த அனுபவம் ஒரு உந்துதல் தர வேண்டும். அந்த அனுபவத்தை விஸ்தரிப்பதற்கு வேண்டுமானால் கற்பனை பயன்படலாம். சந்திர மண்டலப் பயணம் பற்றி சென்ற நூற்றாண்டிலேயே கதைகள் வந்திருக்கின்றன. என் கணிப்பில் அவைகூட அன்று எல்லாரும் அறிந்த, உணர்ந்த உண்மைகளை அடிச் சரடாகக் கொண்டதுதான். உதாரணமாக ஜூல்ஸ் வெர்னின் படைப்புக்கள்.

கே: இன்று தமிழில் வெளிவரும் தரமான படைப்புக்கள் என்பவை சராசரி வாசகருக்கு உணரவும், ரசிக்கவும் முடியாத தூரத்தில் இருக்கின்றன என்பதில் உங்கள் கருத்தென்ன?

ப: சராசரி வாசகர் எனப்படுபவருக்குத் தரமான படைப்பைப் படிக்க வேண்டும் என்ற அக்கறை மிகுந்தால் இப்பக்கம் வருவார். எந்தப் படைப்பாளியும் வேண்டுமென்றே வாசகரைத் தவிர்க்க எண்ணுவதில்லை.

கே: மரபில் ஊறித் திளைத்துப்போன தமிழ் மக்களுக்கு, கலைகளில் புதுமையைச் சீக்கிரம் வரவேற்கும் மனநிலை இல்லை என்பது பற்றி உங்கள் கருத்து என்ன?

ப: புதுமைக்கு எப்போதும் *resistance* இருக்கும். ஆனால் வந்ததும் வரவேற்பவர்களும் அவசியம் இருப்பார்கள். ஆனால் எல்லோரும் ஒன்றை ஏற்கிற காலம் வருவதற்குள் அது பழையதாகிவிடும். என்னுடையதும் ஒரு நாள் அப்படி ஆகிவிடும்.

கே: கவிதைக்கு இலக்கணம் அவசியம் இருந்துதான் தீர வேண்டுமா?

ப: கேள்வியிலேயே பதில் இருக்கிறது.

கே: சமுதாய நிலையைப் படம் பிடித்துக் காட்டினால் சிவப்பு வர்ணம் பூசிப் பார்க்கிறார்களே ஏன்?

ப: எந்தக் கலைப் படைப்பும் சமுதாய நிலையை ஓரளவுக் காவது பிரதிபலித்துத்தான் ஆக வேண்டும். எவ்வளவு Subjective ஆக ஓர் எழுத்தாளர் எழுதினாலும் அவர் அதில் தனக்கும் புற உலகுக்கும் உள்ள உறவைத்தான் கூறுகிறார். என் கண்ணோட்டத்தில் மனித உறவை விவரிக்கும் எல்லாப் படைப்பும் சமுதாய நிலையைப் படம் பிடித்துக் காட்டுவதே. 'சிவப்பு வர்ணம்' என்பது என்ன பொருளில் கூறப்பட்டிருக்கிறது என்று தெரிய வேண்டும்.

கே: கதை எழுதுவது சுலபமா? கவிதை எழுதுவது சுலபமா?

ப: கவிதை நான் எழுதியதில்லை. என் வரையில் கதை எழுதுவது கஷ்டமாகத்தான் இருக்கிறது. கவிதை Medium Condensed form சூத்திரங்கள் மாதிரி.

கே: வடசொல் கலந்து அதிகமாக எழுதுவது ஏன்?

ப: அந்தந்த காலத்துப் பாதிப்புக்கு உட்படாத மனிதன் இல்லை. சொற்பிரயோகத்தின் போது எழுதுபவருக்குச் சரி எனப்பட்டால் தப்பில்லை. நானே இப்போது யோசனை என்றுதான் எழுதுகிறேன். ஆனால் நிர்பந்தத்துக்காக எதையும் செய்யக் கூடாது. உதாரணம்: இன்று பணிமனை என்று எழுதுவது artificial ஆகாது.

கே: புதுக் கவிதை நிறைய எழுதப்படுவதற்கு அதற்கு உழைப்புத் தேவையில்லை என்பதுதான் காரணமா?

ப: இதற்குத் திட்டவட்டமாகப் பதில் சொல்ல முடியாது. கதைக்கு Physical ஆகவே உழைக்க வேண்டும். ஆகவே உழைக்க வேண்டும். கவிதைக்கு அந்த மன நிலை போதும். Physical efforts அதிகம் தேவையில்லை, இதனால் கவிதை எளிது என்று ஆகி விடாது. அது ஒரு medium. கதை வேறு medium.

கே: ஏன் குமுதத்துக்கும் கசடதபறவுக்கும் வாசகர் எண்ணிக்கையில் பெருத்த வேறுபாடு இருக்கிறது?

ப: சில பத்திரிகைகள் *Light reading*க்காகவே ஏற்பட்டவை படிப்பவர்களை *Disturb* பண்ணாதவை. *Light reading* பத்திரிகைகளுக்கும் நம் வாழ்க்கை அமைப்பில் இடம் உண்டு. அது ஒருவகை இலக்கியம். கசடதபற வேறு வகை இலக்கியம். *Light reading* படைப்பு செய்பவர்களும் பலர் நல்ல *craftsmanship* உடையவர்களாக இருக்கிறார்கள். உதாரணம்: புஷ்பா தங்கதுரை.

கே. வெறும் *craftsmanship art* ஆகிவிடுமா?

ப: நல்ல படைப்புக்கு *craftsmanship* அவசியம். *craftsmanship* உள்ள படைப்பில் ஆழமும் இருந்தால் அது இலக்கிய மாகிறது. வாழ்க்கையை ஆழமாகப் பார்க்காதது தான் பல ஜனரஞ்சகப் பத்திரிகைக் கதைகள் இலக்கியரீதியில் தோல்வியடைந்து போவதற்குக் காரணம்–பார்வைதான் ஒரு ஆசிரியரை இன்னொருவருடன் வித்தியாசப்படுத்திக் காட்டுகிறது.

கே: தமிழில் நகுலனை *craftsmanship* கை வராதவர் என்று குறிப்பிடலாமா?

ப: அப்படிக் கூறுவது தவறாகவே முடியும். அவர் ஒரு எழுத்தாளரின் எழுத்தாளர். அவர் எழுதுவது பலருக்குப் புரியாமல் போய்விடுகிறது என்பதனால் அவர் *craftsmanship* அற்றவர் என்றாகிவிடாது.

கே: ஒருவரின் வெளிப்பாடின் *condensed form* கவிதை என்றால் அதில் அழுத்தமான எண்ணத்தை உணர்த்த முடியுமா?

ப: கவிதை மூலம் பல அர்த்தங்கள் தோன்றவைக்க முடியும். உரைநடை ஓரளவுக்கு வாசிப்போரின் சிந்தனை யோட்டத்தை ஒரே திசையில் இழுத்துச் செல்வது. அந்தத் திசையில் இழுத்துச் சென்று ஒரு தரிசனத்தைத் தருவதில் தான் உரைநடையின் வெற்றி இருக்கிறது. கவிதைக்குக் கவிஞனின் பிரக்ஞை நிலை எண்ணத்தைத் தவிர வேறுபல சார்பு எண்ணங்களையும் உணர்த்த வாய்ப்பிருக்கிறது. கவிதை படிப்போரும் கவியுள்ளம் படைத்தவராக இருக்க வேண்டிய ஓர் அவசியம் இருக்கிறது.

கே: நீங்கள் *Physical Labour* பற்றிச் சொன்னீர்களே?

ப: கதையைப் பக்கம் பக்கமாக எழுத வேண்டியிருக்கிறது. பக்கம் பக்கமாக எழுதச் சிலக் குறைந்தபட்ச வசதிகள் வேண்டியிருக்கின்றன. எழுதியதை *Fair Copy* செய்ய நிறைய நேரமும் பொறுமையும் உழைப்பும் வேண்டியிருக்கிறது.

என் வரையில் பல கதைகள் எழுதப்படாமலேயே போவதற்கு இதெல்லாமும் காரணங்கள். ஆனால் கவிதை இந்தத் தடைகளால் அதிகம் பாதிக்கப்பட்டதன்று. ஆனால் நாம் கவிதையையும் கதையையும் Compare பண்ணிக் கொண்டிருப்பது சரியாகாது. எனக்குத் தெரிந்த Medium, நான் பயின்ற Medium உரைநடை. இதனால் உரைநடை தான் சிறந்தது என்றோ நான்தான் சிறந்த படைப்பாளி என்றோ நான் கொண்டதில்லை. என் படைப்புகளுக்கும் பலரகப்பட்ட விமரிசனங்கள் வந்திருக்கின்றன. எனக்கு அவை மிக முக்கியம். சில கண்டன விமரிசனங்கள். உதாரணமாக 'இன்னும் சில நாட்கள்' தொகுப்பில் நானே தொகுத்துக் கொடுத்திருக்கும் கண்டனங்கள். அவற்றில் சில எனக்கு உண்மையல்ல என்று நன்கு தெரிந்தாலும் என் படைப்புகள் இப்படிப்பட்ட Responses ஏற்படுத்தியிருக்கின்றன என்பது மிக முக்கியம். என் படைப்புகள் எல்லாவற்றிற்கும் ஏதோ ஒரு Theme சொல்ல வேண்டுமானால் அதுவே ஒரு குறிப்பிட்ட விஷயத்திற்கு வெவ்வேறு மனிதர்கள் எப்படி Respond பண்ணுகிறார்கள் என்பதுதான். என் வரையில் அந்த Responses மதிக்கத் தக்கவை.

கே: உங்கள் கதைகளில் STORY இல்லை என்கிறார்களே?

ப: நாம் STORY என்ற பதத்திற்கு என்ன இலக்கணம் வகுக்கிறோம் என்பதைப் பொருத்தது இதற்குப் பதில். Responses-ஐத் தொகுத்துக் கொடுப்பதே எனக்கு STORY ஆகப் படுகிறது. PLOT என்றால் எல்லாவற்றிலும் ஒரு திட்டவட்டமான PLOT கிடைக்காது. ஆனால் PLOT அவ்வளவு முக்கியமல்ல. PLOT உள்ள என் கதைகளில் கூட எனக்கு PLOT முக்கியமாகப் படவில்லை. உதாரணத்திற்கு 'எலி' கதை. இதை PLOT என்று ஒரு மட்டத்தில் சொல்லிவிடலாம். இன்னொரு மட்டத்தில் 'எலி' ஒரு Symbol ஆக. மாறுகிறது. எலிக்காக ஒரு Bait. Bait-ஐத் தின்றால் அழிவு. ஆனால் கதையில் Bait-ஐத் தின்றது மனிதன்தான் – அப்போது யார் எலி? எலி – மனிதப்போரில் யார் Victor–யார் Vanquished?

கே: நுணுக்கமாகத் தகவல்களைச் சொல்வதே சிறப்பா? Details களால் கலை அடிபட்டுப் போய்விட்டதா?

ப: Details கூறுவதில் ஒரு Selection இருக்கிறது. இந்த Selection தான் தகவல்கள் கலையாவதையும் அல்லாமல்

போவதையும் நிர்ணயிக்கிறது. இன்னொன்று Details தான் ஒரு படைப்புக்கு Precision தருகிறது.

கே: கணையாழி கதைகளென்றால் ஒரு Formula தெரிகிறதே? இது இலக்கிய வளர்ச்சிக்குத் தடையில்லையா?

ப: கணையாழி கதைகள் எல்லாமே அற்புதக் கதைகள் என்று கூற மாட்டேன். அதே நேரத்தில் அவை எல்லாமே ஒரே மாதிரிக் கதைகள் என்றும் கூற முடியாது. அப்படியே ஒருவருக்குத் தோன்றினாலும் அதுவே வளர்ச்சிக்குத் தடை என்றும் ஆகாது. எப்பேற்பட்ட பத்திரிகைகளுக்கும் சில Limitations, நாம் விரும்பினாலும் விரும்பாவிட்டாலும் ஏற்பட்டு விடும். இதற்கு விதிவிலக்கு எனக்குத் தெரிந்து ஒரு வெளியீடும் இல்லை.

கே: ஒரு எழுத்தாளரின் aim பிரபலமாவது தானா?

ப: நாம் சில விஷயங்களை water-tight ஆகப் பிரிக்க முடியாது, நன்றாக எழுதினால் பிரபலமாகலாம். பிரபலமாவதெல்லாம் நன்றாக எழுதியதால்தான் என்றில்லை. நன்றாக எழுதிப் பிரபலமாகாமல் போனதும் நிறைய இருக்கிறது. நன்றாக எழுதி, தவறான காரணங்களுக்குப் பிரபலமாவதும் இருக்கிறது. ஓர் உதாரணம்: டாஸ்டாய்வ்ஸ்கி அவர் காலத்தில் ஒரு பிரபல எழுத்தாளர். ஹெர்மன் மெல்வில் ஒரு பிரபல எழுத்தாளர். ஆனால் அவர்கள் காலப்போக்கில் சாதாரண எழுத்தாளர்கள் போல் மறக்கப்பட்டு, ஓர் யதேச்சையான கண்டுபிடிப்பால் அவர்கள் பெயர் புத்துயிர் பெற்றன. இங்கு இதையும் கூற வேண்டும். கலை கலைக்காக, கலை மக்களுக்காக என்று இரு தனி பிரிவுகளாகக் கூறுவது பரவலாக இருக்கிறது. ஒன்று கலைப் படைப்பாக இருந்தால் அது மனிதனை உயர்த்தாமல் இருக்கவே முடியாது. அதைப் படைத்தவரே 'கலை கலைக்காகவே' என்று கூறினால் கலை. இதனால் தான் நாம் கலைப் படைப்பை மட்டுமே விமரிசிக்க வேண்டுமே தவிர அந்தக் கலைஞன் என்ற மனிதனை அல்ல. இலக்கியம் படிப்பதற்கு நாம் ஒத்துக்கொண்டாலும் ஒத்துக்கொள்ளாமல் போனாலும் ஒரு பயிற்சி வேண்டியிருக்கிறது. அன்றாட வாழ்க்கையை எவ்வளவோ அவதிகளிடையே, தொல்லைகளிடையே நடத்தி வரும் எவ்வளவு பேர்களுக்கு இலக்கியப் படைப்பை மட்டுமே படித்து மகிழக் கூடிய அவகாசமும் உழைப்பும் தர முடியும்? அப்பேர்ப்பட்டவர்கள் நாடும் Light reading ஐ நாம் எப்படியோ ஒரு அற்புதத்தால் ஒழித்துவிட்டால்

அவ்வளவு பேர்கள் அடையக்கூடும் Innocent Pleasure ஐப் பறித்து விட்டவர்களாக மாட்டோமா? நம்மையே எடுத்துக்கொள்வோம். நாமெல்லோரும் Light reading விஷயங்களைப் படிப்பதேயில்லையா?

கே: Serious writingஐ எளிமையாகச் சொல்ல முடியாதா?

பா: உண்மையான Serious writing மிகவும் எளிமையாக இருப்பதும் உண்டு. Serious writingற்கு உள்ள குண விசேஷம் அது. நம் மன அடிப்படைகளை—மனச் சாட்சியைக் கிளறிவிடுவது. அந்த மனக் கிளறலுக்கு நாம் தயாராக இல்லாதபோது இப்படி ஒரு காரணம் சொல்லி, அதாவது புரியவில்லை என்று காரணம் சொல்லி, அதைத் தள்ளி விடுகிறோம்.

கே: ஆத்ம திருப்திக்காக என்று எழுதுவதை mental masturbation என்று கூறலாமா?

ப: எழுதுவதால் ஏதோ ஓர் அளவு, ஒரு வித திருப்தி இருப்பதால் ஒருவன் எழுதுகிறான். அதை masturbation என்று அவ்வளவு கடும் சொல்லால் குறிக்க வேண்டுமா என்று தோன்றுகிறது. Serious Writing என்பது சிறிது குறைந்த அளவில்தான் தமிழில் இன்று இருக்கிறது. இருப்பதை யும் நாம் இப்படிக் கடும் சொற்களால் குறிப்பிட்டு எழுதுபவருக்கும் படிப்போருக்கும் பயம் ஏற்படும் வகையில் ஒன்றும் செய்யக் கூடாது என்று தோன்றுகிறது. obscene என்று சிலர் Serious writing வகையைச் சேர்ந்த பல படைப்பாளிகளையும், படைப்புகளையும் நிந்திக்கிறார்கள். வாசிப்போருக்கு எவ்விதப் பிரயாசையும் பரவலான எண்ணப் போக்கும் தராமல் கிளர்ச்சியூட்டுவதுதான் obscene. ஒரு காலத்தில் அரசாங்கமே தடை செய்த Ulysses எடுத்துக்கொள்ளுங்கள். அதைப் படிக்க முடிந்த உழைப்பும் மனத்திண்மையும் உள்ளவன் அதைப் படித்தால் கெட்டுப் போய் விடுவான் என்று கூறவே முடியாது. கெட்டுப் போவதற்கு இன்னும் மிக மிக எளிய வகைகள் இருக்கின்றன.

கே: ஏன் எழுதுகிறீர்கள்?

ப: என்னைப் படிப்பவர்கள் என்னைப் புரிந்து கொள்கிறவர்கள் இருக்கிறார்கள், அல்லது இருப்பார்கள் என்ற நம்பிக்கையில் தான். ஒருவரின் வெளிப்பாட்டை அவர் மற்றவருடன் பகிர்ந்துகொள்ள வேண்டும் என்று நினைக்காமலிருந்தால் அவர் எழுதவே வேண்டியதில்லை.

கே: நாம் எழுதும்போது ஏதோ தேடலில் ஈடுபட்டிருக்க வில்லையா?

ப: தேடல், கண்டுபிடிப்புகள் இவைகளைப் பகிர்ந்து கொள்ளத்தான் எழுதுகிறோம். பகிர்ந்துகொள்ள ஒருவராவது இருப்பார் என்றுதான் எழுதுகிறோம்.

கே: ஜெயகாந்தனிடம் Serious writing, எளிமை இரண்டும் இணைந்து இல்லையா?

ப: ஜெயகாந்தன் மாதிரியே எல்லாரும் எழுத முடியும் அல்லது எழுத வேண்டும் என்று எதிர்பார்ப்பது சரியல்ல. ஆனால் இதே கேள்வியை அவர் பிரபலமாகாதிருந்தால் கேட்டிருந்திருப்பீர்களா? அவர் பிரபலமாகிவிட்டார் என்ற ஒரு விளைவை வைத்துக்கொண்டு இப்படி ஒரு Simplified விளக்கம் வைத்துக்கொள்வது சரியல்ல – அதாவது அவர் ஒரே நேரத்தில் Serious ஆகவும் எளிமை யாகவும் எழுதுகிறார் என்று. ஜெயகாந்தன் எளிமை இல்லை.

கே: நீங்கள் Symbol என்கிறீர்களே, அப்படி எழுதினால் தான் உயர்ந்த எழுத்தா?

ப: உயர்ந்த எழுத்து எல்லாவற்றிலுமே Symbolism உண்டு. அது இயல்பாகவே அமையும். Symbolகளுக்கு ஒரு படைப்பைத் தவிர்த்துத் தனித்தனி இயக்கம் கிடையாது அவை படைப்பின் ஓட்டத்தோடுதான் வரும். அதிலே சிறந்து, சிறப்பிக்கும் symbol. இந்த symbolகள் ஆன்மிக வேகம் மிகுந்த டால்ஸ்டாய், டாஸ்டாய்வ்ஸ்கி படைப்புகளிலும் இருக்கின்றது. அன்றைய அன்றாட நடைமுறை வாழ்க்கைச் சம்பவங்களை எழுதிய டிக்கன்ஸிலும் இருக்கிறது.

கே: மொழியின் பலஹீனம் காரணமாக symbols மேற்கொள்ளப் படுகிறதா?

ப: symbolகளும் அந்த மொழியையுடையவை தானே ஆதலால் சொல்வதைச் சிறப்பாகச் சொல்ல, உயரிய அனுபவச் சேர்க்கை தர symbols வருகிறது.

கே: தமிழ் நாடகம் பற்றித் தங்கள் அபிப்ராயம் என்ன? நீங்கள் ஏன் நாடகம் எழுதவில்லை?

ப : நாடகம் எழுதுவதற்குரிய திறமை, பக்குவம், தெம்பு வராதது காரணம் என்று கூறலாம். இரண்டாவது, நான் சொல்ல விரும்புவதற்கு அதை mediumமாகத்

தேர்ந்தெடுக்கவில்லை என்ற காரணமும் இருக்கலாம். இப்போது எழுதும் உரை நடையிலேயே இன்னும் செய்வதற்கு நிறைய இருக்கிறது. தமிழ் நாடகம் எப்படி இருக்கிறது என்ற கேள்விக்கு இப்படிப் பதில் தராமல் உரைநடை என்று எடுத்துக் கொண்டால் நம்பிக்கை தோற்றுவிக்கும் பெயர்கள் பல கிடைக்கின்றன. எல்லாம் இந்த ஐந்து பத்தாண்டுகளில் முத்துசாமி, ஐராவதம், ராமகிருஷ்ணன், கந்தசாமி, *N.V.* ராசாமணி, சார்வாகன், ஆ. மாதவன், நீல. பத்மநாபன், திருவாழத்தான், சுஜாதா. ம. ராஜாராம், நா. கிருஷ்ண மூர்த்தி, சம்பத், நகுலன், ஆதவன், இந்திரா பார்த்த சாரதி, வண்ணதாசன், ஜீவ்ஸ், ராஜாங்கன், நா. ஜெயராமன், பிரகாஷ், வே. கோவிந்தராஜன், கோ. ராஜாராம், பி.ச. குப்புசாமி, வீரவேலுச்சாமி, அம்பை, எஸ். வைதீஸ்வரன், மலர் மன்னன், ஜி. நாகராஜன், நா. சேதுராமன், இதயன், ராசேந்திர சோழன், வண்ணநிலவன். ஞாபகப்படுத்திக் கொண்டால் இன்னும்கூடச் சில பெயர்கள் கிடைக்கும். இவர்கள் எல்லாரும் எனக்குக் குறைந்த பட்சம் ஒரு நல்ல பொறியாவது மனதில் படும்படி எழுதியிருக்கிறார்கள். மேடை நாடகம் இலக்கியத்திற்கு இப்படி பட்டியல் எனக்குத் தோன்றவில்லை. ஒருவேளை என் ரசனைக்கு எட்டவில்லை என்று கொள்ளலாம்.

கே: சமீபத்தில் கதைகள் பற்றித் தங்கள் அபிப்ராயம்?

ப: நான் எல்லாவற்றையும் கவனமாகப் படித்திருக்கிறேன் என்று கூற முடியாது. குறிப்பிட்டுச் சொல்லும்படியாக என் நினைவில் ஒன்றும் இல்லை. சமீபகாலத்தில் எனக்குக் கிடைத்த நல்ல *promising* எழுத்தாளர் ராசேந்திர சோழன்... ஞானரதம் வரையில் எனக்கு ஒரு தயக்கம் உண்டு. அது இந்த (ஆகஸ்டு 1972) இதழால் இன்னும் வலுப்பெற்றது. நா.பா. பற்றிச் சமீப ஞானரதங்களில் வரும் கருத்துக்கள், அக்கினிபுத்திரனின் கசடதபற வசையை விசேஷமாக மறுபிரசுரம் செய்திருப்பது இவையெல்லாம் முற்றிலும் *non-literary* விஷயங்கள்.

ஆசி: இது *non-literary* என்றால் வெ. சாமிநாதனுக்கு நீங்கள் ஜெயகாநதன் பற்றி கசடதபறவில் பண்ணிக் கொண்டது மட்டும் *literary* விஷயமா? கசடதபற இலக்கியக் குழு தமிழில் இதுவரை பரிணாமம் பெற்ற எந்த இலக்கியக் குழுவையும் விட இலக்கியச் சார்பை அடிப்படையாகக் கொண்டிருந்தும் ஒரு கவிஞனிடம் இத்தனை ஆத்திரத்தை

கிளப்பும்படி ஏன் நேர்ந்திருக்கிறது என்பதையும் ஏன் ஆத்ம சோதனை செய்ய மறுக்கிறீர்கள்? ஞானரதத்தில் அவை எல்லாவற்றிற்கும் இடம் உண்டு. உங்களைப் பற்றிக்கூட அப்படி ஒரு செய்தி வந்தால் அதையும் நான் பிரசுரிப்பேன். அதேபோல அவசியமானால் அக்னிபுத்திரனைவிட தரக் குறைவாக அரூப்சிவராம் பண்ணியுள்ள பதிலையும் கூட மறுபிரசுரம் செய்வேன். ஞானரதத்திற்கு கோஷ்டிப் பார்வை கிடையாது.

ப: அது உங்களுடைய உரிமை. *Privilege.* அப்படிச் செய்வதால் உங்களுடைய, பத்திரிகையுடைய தரத்தைத்தான் நீங்கள் வெளிப்படுத்துகிறீர்கள். உங்களது இலக்கியப் பத்திரிகையா அல்லது வம்புப் பத்திரிகையா என்று நீங்கள் தீர்மானித்துக்கொள்ள வேண்டும். ஒரு மனிதனைத் தனியாக விமரிசித்து அவன் அயோக்கியன் எனலாம். அவன் படைப்பை எடுத்துக்கொண்டு அது மோசமான படைப்பு எனலாம் ஆனால் படைப்பை விமரிசிக்க எடுத்துக்கொண்டு (?) அவனைக் குடிப்பவனே வாத நடைக்காரனே என்று வசை பாடுவது பண்பு இல்லை, பக்குவமும் இல்லை. மக்களை நேசிப்பதில், வாழ்வை நேசிப்பதில், கட்டுப்பாட்டுடன் இருப்பதில் உங்கள் எல்லாரையும்விட கசடதபறவினரைக் குறைத்து மதிப்பிட முடியாது, பொறுப்பானவர்கள், பொறுப்பான உத்தியோகம் பார்ப்பவர்கள், குழந்தைக் குட்டிகளோடு, குடித்தனம் நடத்துபவர்கள். சமூக விரோத– சட்ட விரோதச் செயல் எதற்கும் போகாதவர்கள், வெறும் பெயரை வைத்துக் கிண்டல் செய்வதற்கும் வசைபாடுவதற்கும் முடிவே கிடையாது. வானம்பாடி, ஞானரதம் என்ற பெயர்களை வைத்து நிறைய கிண்டல் செய்யலாம். அதற்கும் இலக்கியத்திற்கும் சம்பந்தேமே கிடையாது. எனக்கு இந்த வம்புகளில் உடன்பாடே கிடையாது. இலக்கியத்தின் மீது உண்மையான அக்கறை கொண்டிருப்பவனுக்கு இந்த வசைப்பாடல்களுக்கும் *gossip*களுக்கும் நேரமும் இருக்காது, உற்சாகமும் இருக்காது.

கே: அரூப் சிவராமு பதில் நன்றாக இருந்ததாகக் கூறினீர்களே? அது எந்த வகையில் அக்னிபுத்ரனைவிட இலக்கியத் தகுதியைப் பெற்றிருக்கிறது? இரண்டும் ஒன்றாகத்தான் எனக்குப்படுகிறது.

ப: அதில் சில *arguement*கள் இருக்கின்றன. ஒரு முக்கியமான விஷயம் பாட்டாளிக்காகப் படைப்பதுபற்றி. நாள் முழுக்க உடல் சோர உழைக்கும் பாட்டாளிக்குத் தோள்

கொடுப்பது என்றால் அவனோடு சேர்ந்து நாமும் உழைப்பதுதான். "நான் நஸ்ருல் இஸ்லாம், நான் நெரூடா" என்பதினால் அவனுக்கு ஒத்தாசையும் கிடையாது, நானும் நெரூடாவாக ஆகிவிட முடியாது. என் படைப்பு அல்லவா நெரூடா அளவிற்கு உயர்ந்து நிற்க வேண்டும்? "நான் நெரூடா" என்று நானாகவா சொல்லிக்கொள்வது? முன்பே சொன்னேன், *Serious writing*–ஐப் படிக்கப் பயிற்சியும் உழைப்பும் அவகாசமும் தேவை என்று. ஏற்கெனவே உழைத்துக் களைத்த எல்லா பாட்டாளிக்கும் இதெல்லாம் சாத்தியமாகுமா? நாம் செய்யக் கூடியது, செய்ய வேண்டியதுதான். நாம் மக்களைப் பற்றித்தான் எழுத வேண்டும். மக்களை, மக்கள் நன்கு புரிந்துகொள்ள, அக்கறை, பரிவு காட்டும் வகையில் எழுத வேண்டும். ஆனால் நாம் எந்த மக்களைப் பற்றி எழுதுகிறோமோ அவர்கள் எல்லாரும் அதைப் படிக்கிறார்கள், மகிழ்ச்சி அடைகிறார்கள் என்று நினைப்பது, யதார்த்தத்திற்கு ஒவ்வாதது. இந்தியப் பாட்டாளிகள் எல்லாரும் இந்தப் பாட்டாளிப் பிரசுரங்களைப் படிப்பதாயிருந்தால் இந்தப் பாட்டாளி பிரசுரங்கள்தான் இந்தியாவிலேயே மிகப் பிரபலம் ஆனதும் பணம் படைத்த பிரசுரங்களாகவும் இருக்க வேண்டும்.

கே: 'அம்மாவுக்கு ஒரு நாள்' உங்கள் சுயஅனுபவமா?

ப: நூற்றுக்கு நூறு அப்படித்தான் என்று சொல்ல முடியாது. எவருக்கும் அம்மாவுடன் நேரும் உறவுதான் அதிகப் பரப்பும் ஆழமும் நிறையக் கோணங்களும் கொண்டதாகும். இந்த அம்மா–மகன் *Theme* வைத்து எல்லாரும் எழுதி யிருக்கிறார்கள். நானும் எழுதியிருக்கிறேன். அவ்வளவு தான். என் பார்வைக்கு என் கதைகளில் மிக நன்றாக அமைந்தது 'இந்திராவுக்கு வீணை கற்றுக் கொள்ள வேண்டும்.' அந்தக் கதையின் இறுதியில் ஒரு சிறு பெண்ணுக்கு ஒரு *revealation* போல அவள் குடும்பப் பொருளாதார நிலை தெரிகிறது.

ஞானரதம், **1972**

ஒரு பேட்டி

பேட்டி கண்டவர்கள்: பொன்விஜயன், தேவகி குருநாத்

எழுத்தாளன் என்பவன் யார்?

கலையுணர்வு எல்லோருக்கும் பொது. எழுத்து மூலம் ஒரு மனிதன் தன் கலையுணர்வை வெளிப்படுத்தும்போது எழுத்தாளன் ஆகிறான். எழுத்தாளன் என்ற சொல்லே மனிதனின் தரத்தைக் குறிப்பதாகாது. இங்கே கலை என்பதும் வாழ்க்கையிலிருந்து தனித்து இயங்குவதாகாது.

ஒருவனுடைய படைப்புகளுக்கு அளவுகோல் எது?

ஒருவனுடைய சமகாலத்தில் கிடைக்கக் கூடிய அளவுகோல்கள், அவனுடைய உணர்வின் நுட்பம் (அல்லது கூர்மை), அவனுடைய வெளிப்பாடுகளால் அவனுடைய சமூகம் எந்த வகையில் பாதிப்புக்கு உள்ளானது என்பதும் இவ்விரண்டும் ஓரளவு கடந்த காலச் சாதனைகளால் நிர்ணயிக்கப் படுபவை. ஒரு தீவிரக் கலைஞன் எளிய சாதனைகளைத் தன் அளவு கோல்களாக ஏற்க மாட்டான். மிகச்சிறந்ததைவிடச் சிறந்ததாகச் சாதிக்க வேண்டும் என்பதே அவனுடைய குறிக்கோளாயிருக்கும்.

தன்னைத் தானே எழுத்தாளனாக ஸ்தாபித்துக் கொள்பவனுக்கும், ஒருவனுடைய படைப்புகளால் பாதிக்கப்பட்டவர்கள் அவனை எழுத்தாளனாக ஸ்தாபிப்பதற்கும் இடையிலுள்ள வேறுபாட்டை நீங்கள் எவ்விதம் அர்த்தப்படுத்துகிறீர்கள்?

ஒருவன் எழுத்தாளன் என்று அடையாளம் கண்டுகொள்ளப் பட ஒரு வாசகனாவது தேவை. ஆதாரமில்லாமல் தன்னைத் தானே எழுத்தாளன் என்று நினைத்துக்கொள்வது துக்ககர மானது. அதைவிடத் துக்ககரமானது, ஆதாரமில்லாமல் பிறரால் எழுத்தாளன் என்று ஸ்தாபிக்கப்படுவது. இரண்டுமே மயக்க நிலைகள்.

மனிதனை மேம்படுத்தும் பாதிப்புகளை ஏற்படுத்தாத எழுத்துக்களை எவ்விதம் ஒப்புக்கொள்வது இயலும்? அதை எதிர்த்துப் போராடுவது அவசியமா?

மனிதனை மேம்படுத்தும் எழுத்துக்கள் எவை என்பது பற்றி எல்லாக் காலத்திலும் கருத்து வேறுபாடு இருந்திருக்கிறது. எது மேம்படுத்தும் எழுத்து என்று நிர்ணயம் செய்கிறவர்கள், எதேச்சதிகாரமாக நடந்துகொள்ளவில்லை என்று எப்படி உறுதிகொள்வது? ஆதலால் மேம்படுத்தும் எழுத்து, மயக்க நிலை உண்டு பண்ணாத எழுத்து என்று ஒரு சிறிய, எளிய இலக்கணமாக வைத்துக்கொள்வதே நல்லது என்று எனக்குத் தோன்றுகிறது. எதிர்த்துப் போராடுவது அவசியமா என்பதை விட யதேச்சதிகாரத்தைப் பயன்படுத்தாமல் எழுத்தைத் தடைப்படுத்துவது சாத்தியமா என்று நினைக்கத் தோன்றுகிறது. மேம்படுத்தாத எழுத்து என்றால் நமக்கு ஒரு சில பத்திரிகைகள், ஒரு சில எழுத்தாளர்கள் நினைவே வருகிறது. ஆனால் இந்த வட்டத்துக்கு வெளியே லட்சக்கணக்கில் தனி நூல்கள் இங்கே சென்னையிலேயே அச்சாகி விற்பனையாகின்றன.

கலை கலைக்காகவே என்னும் இலக்கிய கர்த்தாக்களுக்கும், கலை மக்களுக்காகவே என்னும் இலக்கியவாதிகளுக்கும் உங்களுடைய பார்வை எவ்வித மதிப்பீட்டை வழங்குகிறது?

இது மிகவும் செயற்கையான பிரிவு. இலக்கியம் நல்லது என்றாலே அது மக்களுக்கு ஏதாவது ஒரு வகையில் ஊட்ட மூட்டுவதால்தான். இதில் எழுத்தாளர் பிரகடனத்தைவிட அவருடைய எழுத்து எப்படிப்பட்டது என்று பார்ப்பதே சரியானது. நல்ல இலக்கியம் மக்களுக்குப் பயன் அளிக்காமல் அமையவே முடியாது. சில எல்லாராலும் பகிர்ந்துகொள்ளப் படலாம். சில ஒரு சிலரால் மட்டுமே ஏற்கப்படலாம். ஆனால் அந்த ஒரு சிலரும் மக்களே. இங்குதான் கலை மக்களுக்கே என்பவர்களின் முரண்பாடு இருக்கிறது. எல்லாருக்கும் எல்லா இலக்கியமும் பாதிப்பு ஏற்படுத்தும் அல்லது ஏற்படுத்த வேண்டும் என்று வலியுறுத்துவது ஜனநாயகப் பண்பு ஆகாது.

இலக்கியத்தின் ஜீவன் என்பது என்ன?

இலக்கியத்தின் ஜீவன் கலையின் ஜீவன். இது மனித நாகரிகம் தொடங்கியதிலிருந்து தொடர்ந்து இருந்து வருவது. இதனால்தான் நேற்று எழுதப்பட்ட நாவல் நமக்கு நிறைவு தரும் அதே நேரத்தில் பல நூற்றாண்டுகள் முன்பு படைக்கப்பட்ட காவியமும் நிறைவுணர்ச்சித் தருகிறது. வாழவேண்டும் என்னும் உந்துதல் முடிவற்றது. இத்துடன் இணைந்ததே கலை.

மார்க்சீய இலக்கியங்கள் குறித்து நீங்கள் எவ்வித அபிப்பிராயம் கொள்கிறீர்கள்?

மனித நாகரிகத்தை அடிப்படையாகக் கொள்ளும்போது மார்க்சீய இலக்கியம் என்பது ஒரு சமீப காலத்தியப் பிரிவு. எந்தப் பிரிவிலும் நல்லது நல்லதல்லாதது என்று இருக்கத்தான் செய்கிறது. ஆனால் பொதுவாகத் தாம் மார்க்சீய எழுத்தாளர் என்று பிரகடனப்படுத்திக்கொள்வோரிடம் செய்தியின் ஒலியை விடப் பிரகடனத்தின் ஒலியே தூக்கலாக இருக்கிறது. இந்தப் போக்குத் தற்போது சிறிது சிறிதாகக் குறைந்துவருகிறது. லத்தீன் அமெரிக்க இலக்கியமும், கிழக்கு ஐரோப்பிய இலக்கியமும் மார்க்சீயப் பாதிப்பு மிகவும் உடையவை. அதே நேரத்தில் அங்கு பல படைப்புகள் உலகெங்கும் போற்றத் தக்கதாயுள்ளன. அவை மார்க்சீய நாடுகளிலும் பெரிதும் மதிக்கப்படுகின்றன. இதைப் பார்க்கும்போது தமிழர் அபிலாஷைகள் மிகவும் சிறியதாகப் படுகிறது. நாம் வெகு எளிதில் திருப்திகொண்டு விடுகிறோம்.

இலக்கியத்தின் வெற்றிக்கு அவசியமானது என்ன?

வெற்றி என்பது ஒரே பரிமாணமுள்ளது அல்ல ஒரே இலக்கணம் கொண்டதும் அல்ல. ‘ஷோலே’யும் வெற்றிதான் ‘பதேர் பாஞ்சாலியும்’ வெற்றிதான்! இதனால் ஒவ்வொரு விதமான வெற்றிக்கும் அவசியம் என்பது வேறுபடுகிறது.

இன்றைய எழுத்துலகம் உங்களை எவ்வாறு பாதித்துள்ளது? இலக்கியத்தில் உங்கள் தாகம் என்ன?

ஒவ்வொரு கணமும் எழுத்துலகம் என்று மட்டுமல்லாமல் எல்லாவற்றாலுமே நான் பாதிக்கப்பட்ட வண்ணம்தான் இருக்கிறேன் என்று என்னால் உணர முடிகிறது. இவை மனித உணர்வுக்கு உட்பட்ட எல்லா உணர்வுகளையும் என்னிடம் தோற்றுவிக்கின்றன. எனக்கு மனிதன் மீதும் உலகின் மீதும் அசைக்க முடியாத நம்பிக்கை. மகத்தான நிகழ்ச்சிகளில் பங்கு கொள்வோர் மகத்தானவர்களாக இருந்துவிடுவது ஆச்சரிய மல்ல. ஆனால் மிகச்சிறு சந்தர்ப்பச் சூழ்நிலைகளில் மனிதன் மகத்தானவனாக வெளிவருவது எனக்கு அடங்காத வியப்பு.

நான் எழுதுவது எனக்குச் சிறிதாவது மகிழ்ச்சியளிக்க வேண்டும். அந்தச் சிறு மகிழ்ச்சியாவது அந்த எழுத்து இன்னொருவருக்கு ஏற்படுத்த வேண்டும்.

ஒரு ஆசை! சமகாலத்துத் தமிழ் இலக்கியம் உலக இலக்கிய அரங்கில் ஒரு முக்கியமான அங்கம் வகிக்க வேண்டும். இது அசாத்தியமான தாகம் அல்ல. ஆனால் முதலில் நம் எழுத்தாளர்களும் வாசகர்களும் வேறு மொழிகளில் அடையப்பட்ட எல்லைகள் பற்றி அறிய வேண்டும்

எழுத்துக்கு ஒரு குறிக்கோள் இருந்தாக வேண்டும் என்ற வாதம் சரியானதா?

வாழ்க்கைக்குக் குறிக்கோள் உண்டு. இந்த மிகப்பெரிய சிருஷ்டியில் நான் ஒரு சிறுதுகள்தான் என்றாலும் எனக்கென ஒரு பங்கு இருக்கிறது. இப்படி நினைப்பவர்கள் இலக்கியத்திற்கும் குறிக்கோள் இருக்கும். ஆனால் இப்படித்தான் எல்லோருக்கும் குறிக்கோள் இருந்தாக வேண்டும் என்று வாதிட மாட்டேன். திட்டவட்டமான குறிக்கோளுடன் மோசமான வாழ்க்கையையும் இலக்கியத்தையும் படைத்தவர்கள் உண்டு. அப்படிக் குறிக்கோள் இல்லாமல் மிகவும் பயனுள்ள வாழ்வும் அழகிய இலக்கியமும் அமைத்தவர்களும் உண்டு. பயனுள்ள வாழ்வு வாழ்ந்தவர்கள் எல்லோரும் நல்ல இலக்கியத்தைத்தான் படைக்க வேண்டும் என்ற நியதியும் இல்லை.

ஒருவர் எழுதுவது என்பது எப்படிச் சம்பவிக்கிறது?

இது இன்னும் எனக்கு ஒரு புதிராகத்தான் இருக்கிறது. நான் எழுத வேண்டும் என்று கத்தை கத்தையாகக் குறிப்புகள் வைத்திருக்கிறேன். ஆனால் அநேகமாக எழுத உட்காரும் போது இதையெல்லாம் தவிர்த்து முற்றிலும் புதியதாக ஒன்று உருப்பெறுகிறது. கதை எழுதும்போது, எங்கோ என்றோ புதைந்து போன மறந்துபோன ஆயிரக்கணக்கான தகவல்களும் நபர்களும் கண்முன் நிற்கிறார்கள். மனித மனத்தின் சாத்தியக் கூறுகளை எண்ணி எண்ணி வியந்து நிற்க வேண்டியிருக்கிறது. எதையும் அலட்சியமாகக் கருதாமல் யாரையும் உதாசீனப்படுத்தாமல் இருப்பவர்கள் அனைவரின் அனுபவம் இதேபோலத்தான் இருக்கும் என்று தோன்றுகிறது.

எழுத்தாளனுக்குள்ளேயே ஒரு 'காம்ப்ரமைஸ்' உண்டு என்பது எவ்வளவு சரியான கருத்து?

சிறந்த வாழ்க்கையே சிறு சிறு தியாகங்களால் உருவாவது தான் என்பார்கள். ஒரு பெரிய குறிக்கோளுக்காகச் சிறியது

ஒன்றைத் தியாகம் செய்யத்தான் வேண்டிவரும். ஆனால் அற்பப் பயனுக்காக ஒரு குறிக்கோளைக் கைவிட்டு விட்டால் அது உண்மையிலேயே வருத்தத்துக்குரியது. எழுத்து சிறந்ததாக இருக்க வேண்டும் என்பதில் தியாகம் கூடாது.

புதுக்கவிதை குறித்து உங்கள் விமரிசனம் என்ன?

பத்துப் பதினைந்து ஆண்டுகள் முன்பு முன்னணி மார்க்சீய எழுத்தாளர்கள், தலைவர்கள் என்பவர்களில் பலர் புதுக் கவிதையை ஆக்ரோஷத்துடன் தாக்கினார்கள். புதுக்கவிதைக் கூட்டம் நடந்தால் அங்குவந்து எக்காளம் புரிந்து சங்கடம் விளைவித்தார்கள். ஆனால் இன்று புதுக் கவிதை என்றாலே பிரகடனங்கள் கொண்ட வரிகள் என்றாகிவிட்டது. இன்று ஏராளமான புதுக்கவிதைகள் எழுதப்படுகின்றன. சிறந்தவை என்று அதிகம் மிஞ்சுவதில்லை.

இப்படிக் கூறுபவர்கள் இதையும் பார்க்க வேண்டும். இன்று மரபுக் கவிதையும் நிறைய எழுதப்படுகிறது. அதிலும் நல்லதாகத் தேறுவது மிகக் குறைவுதான்.

ஒரு புது வடிவம் என்பதற்காகவே ஒன்றை வெறுத்து ஒதுக்குதல் சரியல்ல. அப்படி எல்லோருமே எல்லாக் காலத்திலும் செய்திருந்தால் இன்று தமிழில் நாவல்கள் இருந்திருக்காது. சிறுகதைகள் இருந்திருக்காது. பத்திரிகைகள், கட்டுரைகள் இருந்திருக்காது. இந்தப் பேட்டியும் இருந்திருக்காது.

எல்லாத் துறையும் போலப் புதுக் கவிதைத் துறையிலும் நல்லது, நல்லதல்லாதது கலந்தே வெளி வரும். ஆயிரம் கவிதைகளில் ஒன்று நன்றாக இருந்தால் கூட அது மகிழ்ச்சிக்குரியது தான்.

வசந்தம் வருகிறது இதழில் கணையாழியில் வெளியிடப்பட்ட கவிதை குறித்து, திரு. இளவேனில் குறிப்பிட்டுள்ளதற்குத் தங்கள் பதில் என்ன?

கணையாழியில் கவிதைகளைப் பொறுத்தவரையில் தேர்வு என் பொறுப்பு அல்ல என்று ஒரு பதில் கூற முடியும். ஆனால் திரு. இளவேனில் எழுதிய குறிப்பு (அல்லது இளவேனில் நிகழ்த்திய உரையின் ஒரு பகுதி) ஒருவித மனப் போக்கைக் காட்டுகிறது. பல சிறு பத்திரிகைகள் இத்தகைய போக்குக்குப் பலியாகியிருக்கிறார்கள். ஒருவனை முட்டாள் என்று கூறிவிடுவதால் மட்டும் நாம் அறிஞனாகி விட முடியுமா? இது குழந்தைகளுக்குத் தானே மகிழ்ச்சியளிக்கக் கூடியது?

புரியாத எழுத்து எல்லாமே எல்லாக் காலமும் புரியாததாக இருந்துவிடுவதில்லை. எந்த மொழிக் காவியமும் எடுத்த

எடுப்பில் புரிந்துவிடுவதில்லை. புரியாத காரணத்திற்காக ஒன்றை உதாசீனப்படுத்துவது இழப்புத்தான்.

ஆனால் புரியாத எழுத்து எல்லாமே இலக்கியம் என்றில்லை. இதிலும் ஆயிரம் படைப்பில் ஒன்று நல்லதாக இருந்துவிட்டால் கூட மகிழ்ச்சியடைய வேண்டும். ஆயிரம் மோசமானதைப் படித்த சோர்வை ஒரு நல்ல படைப்பு அகற்றி விடும்.

எந்த மாதிரி இலக்கியம் ஆரோக்கியமானது என்று கருதுகிறீர்கள்?

மனதில் குழப்பம், கிளர்ச்சி உண்டு பண்ணக் கூடாது; மனிதனை மனிதனிடமிருந்து பிரிப்பதாக இருக்கக் கூடாது; மனிதனைப் பற்றி மேலும் அறிய தூண்டுவதாக இருக்க வேண்டும். வாழ்க்கையில் நம்பிக்கையும் தெளிவும் கொள்ளக் கூடியதாக இருக்க வேண்டும். இப்படி ஒரு படைப்பு அமைந்து விட்டால் அது எந்த மனித முன்னேற்றச் சித்தாந்தத்துக்கும் பொருந்திப் போவதாக இருக்கும்.

புதிய நம்பிக்கை, 1980

சிங்களத் தீவினிலே ஒரு சந்திப்பு

(1977 பெப்ருவரி 19, 20ஆம் தேதிகளில் யாழ் வளாகத்தில் நடந்த தமிழ் நாவல் நூற்றாண்டு விழாக் கருத்தரங்கில் தென்னிந்தியாவிலிருந்து சிறப்பு விருந்தினராக வந்திருந்த தமிழ் எழுத்தாளர் அசோகமித்திரன் கொழும்புக்கும் விஜயம் செய்தார். அசோகமித்திரன் "கரைந்த நிழல்கள்", "வாழ்விலே ஒரு முறை", "இன்னும் சில நாட்கள்", "தண்ணீர்" முதலிய நூல்களின் ஆசிரியர். சென்றாண்டு இலங்கை சாகித்திய மண்டலப் பரிசைப் பெற்ற ஐ. சாந்தன் அவர்கள் அசோக மித்திரனைப் பேட்டி கண்டார்.)

சாந்தன்: இந்தப் பேட்டியை முற்றிலும் இலக்கியப் பேட்டியாக அமைக்க எண்ணம். தங்கள் விருப்பம் எப்படி?

அசோகமித்திரன்: நானும் அதைத்தான் விரும்புவேன்.

சாந்தன்: தங்கள் படைப்புக்களைச் சில காலமாகவே விரும்பிப் படித்தவன் என்கிற முறையில் தங்கள் இரண்டாவது நாவலாகிய "தண்ணீர்" பற்றி ஒன்று கேட்க விரும்புகிறேன். தங்கள் நாட்டில் சில விமரிசகர்கள் அதைத் தமிழில் வெளிவந்த முதல் குறியீடு நாவல் என்று கூறியிருக்கிறார்கள். நீங்கள் அப்படிக் கருதுகிறீர்களா?

அசோக: அந்த நாவலைத் தமிழின் முதல் குறியீடு நாவல் என்று கூறியவர்கள் அதற்குரிய ஆய்வுகளையும் கூறியிருக்கிறார்கள். அது குறியீடு நாவல் பிரிவில் வரக்கூடுமென நான் ஒப்புக்கொள்கிறேன். ஆனால் அதை ஒரு யதார்த்த நாவலாகத்தான் எழுதியிருக்கிறேன். அது ஓர் யதார்த்த நாவல் பிரிவைச் சேர்ந்தது என்றும் நான் உறுதியாக நம்புகிறேன்.

சாந்தன்: இதில் முரண்பாடு இல்லையா? ஒரு படைப்பு எப்படிக் குறியீடுப் படைப்பாகவும் அதே நேரத்தில் யதார்த்தப் படைப்பாகவும் இருக்க முடியும்?

அசோக: அது சாத்தியமே. பல இலக்கியப் படைப்புகள் இத்தகைய 'Literary Ambiguity' எனப்படும் இலக்கியச் சிலேடைத் தன்மை பொருந்தியதாக உள்ளதை நாம் உலக இலக்கியத்தில் காணலாம். நம் தமிழ் இலக்கியத்தையே எடுத்துக்கொண்டால் சிலப்பதிகாரத்தை வெவ்வேறு ஆய்வுக் கண்ணோட்டத்தில் விளக்கலாம். அது பிரதானமாகச் சமுதாயவியல் கண்ணோட்டத்தில் தான் படைக்கப்பட்டது என்று. நான் மதிக்கும் ஓர் ஆய்வாளர் வெகு திறம்படவும் ஒப்புக்கொள்ளும்படி யாகவும் விரிவுரை ஒன்று நடத்தினார். ஆனால் சிலப்பதிகாரம் பல அறிஞர்களுக்குப் பல்வேறு செய்திகளைத் தோற்றுவித்திருக்கிறது என்பது நாம் அறிந்ததே. ஆதலால் ஒரு படைப்பு படைக்கப்பட்ட நோக்கமும் அது இறுதியில் வெளிப்படுத்தும் நோக்கமும் வெவ்வேறாக உள்ளதில் என்னளவில் பெரு வியப்பு ஒன்றும் இல்லை. பார்க்கப்போனால் ஒன்றுக்கு மேற்பட்ட கண்ணோட்டங்களுக்குத் திறம்பட இடம் அளிக்கும் படைப்பை நான் விசேஷமானதாகக் கருதுகிறேன்.

சாந்தன்: தங்கள் சிறுகதைத் தொகுப்பு 'காலமும் ஐந்து குழந்தைகளும்' என்னும் நூலின் முன்னுரையில், தங்கள் குறுநாவல் 'மணல்' தாங்கள் வழக்கமாக உட்கார்ந்து எழுதும் பூங்காவில் திடீரென்று மழை பெய்யத் தொடங்கியதால் அப்படியே முடிவுபெற்றது அலலது தாங்கள் முடித்துவிட்டீர்கள் என்று கூறியிருக்கிறீர்கள். இது சிறிது அறிவுக்குப் பொருந்தாததாகத் தோன்றுகிற தல்லவா?

அசோக: அப்படி வைத்துக்கொள்ளத் தங்களுக்கு உரிமை உண்டு. ஆனால் அந்தக் கட்டத்தில் மழையால் எழுதுவதை

நிறுத்திவிட்ட நான் அந்தப் படைப்பை மீண்டும் பரிசோதித்தபோது அதற்கு அதைவிடச் சிறந்த இடத்தில் – அதாவது அந்தப் படைப்பில்–முடித்திருக்க முடியாது என்று தோன்றிற்று. எனக்கு இயற்கையின் 'யாப்பமைதி' மீது நம்பிக்கை உண்டு. இது புகைப்படம் எடுப்பவர்களிடமோ ஓவியர்களிடமோ கேட்டால் சொல்வார்கள். இயற்கை தானாகவே அதன் மாறுபட்ட வண்ணங்களையும் மேடுபள்ளங்களையும் வானப் பின்னணியையும் அப்பழுக்கல்லாத Harmony உடையதாகக் கொண்டிருக்கிறது. இது சோலைக்கும் பொருந்தும் பாலைக்கும் பொருந்தும். நம் வாழ்க்கையில் ஏதாவதொரு நேரத்தில் நாம் புற உலகுடன் மிக உயர்ந்த, நுண்ணிய வகையில் ஒன்றுபட்டுவிடக்கூடும். அப்படி ஒன்றித்துப்போன காலத்தில்தான் 'மணல்' குறுநாவல் மழையால் மிக நேர்த்தியாக முடிவு பெற்றது என்று நான் நினைக்கிறேன். இதையெல்லாம் விட்டு விடுங்கள், அந்த நாவல் தங்களுக்குத் திருப்தி அளித்ததா ?

சாந்தன்: தங்களுடைய படைப்புகளில் முக்கியமானதாகவே எவரும் அதைக் கருதுவர். நானறிந்து பலர் அதை மிகச் சிறப்பானதொரு படைப்பாக நினைக்கிறார்கள்.

அசோக: இறுதிக் கண்ணோட்டத்தில் படைப்பு எப்படி இருக்கிறது என்பதுதான் அது எழுதப்பட்ட முறையை விட முக்கியம்.

சாந்தன்: அதாவது உருவத்தைவிட உள்ளடக்கமே முக்கியம் என்று கருதுகிறீர்கள்.

அசோக: உருவம், உள்ளடக்கம் இரண்டையும் அப்படிப் பிரித்துப் பார்ப்பதில் பிழை ஏற்படலாம் என்று நினைக்கிறேன். ஒரு நல்ல இலக்கியப் படைப்பு என்பது. உருவம் உள்ளடக்கம் இரண்டும் ஒருசேரக் கலைத் தன்மையுடன் இணைந்திருப்பதுதான்.

சாந்தன்: தமிழ்நாட்டில் படைப்பாளிகள் தற்போது உள்ளடக்கத்தைவிட உருவத்திற்கே கவனம் செலுத்துவதாகக் கருதப்படுகிறது.

அசோக: இதை நான் வேறுவிதமாகச் சொல்லுவேன். இன்றைய தமிழ்ச் சிறுகதைகள், பெரும் பத்திரிகைகளில் வரும் சிறுகதைகள்கூட இன்று அதிக நேர்த்தியுடனும் திறமை யுடனும் எழுதப்படுகின்றன. முன்பு கதை சொல்ல வேண்டும் என்பதுதான் பிரதானமாக இருந்தது.

இப்போது கதை சொல்லும் முறையிலும் விசேஷ கவனம் செலுத்தப்படுகின்றது. அப்படிப்பட்ட போக்கை நான் இங்கு இலங்கைக்கு வந்த ஏழெட்டு நாட்களில் படித்த சில ஈழத்துப் படைப்புகளிலும் காண்கிறேன். நாம் ஒன்றை மனதில் கொள்ள வேண்டும். சிறுகதை, நாவல் இவ்விரண்டு சாதனங்களும் மேலை நாட்டிலிருந்து நாம் இறக்குமதி செய்தவை. ஆதலால் அமைப்பு என்கிற முறையில் நாம் மேலைநாட்டுச் சிறந்த படைப்புகளைப் பின்பற்றுவதில் தவறில்லை. இன்று தமிழ் நாவல் ஒரு நூற்றாண்டு பூர்த்தி பெற்றிருக்கின்றது. மேலை நாடுகளில் இரு நூறாண்டு வளர்ச்சி இருக்கிறது.

அவர்கள் வளர்ச்சியைப் பயன்படுத்திக்கொண்டு நாம் இன்று அவர்களுக்கு இணையானதையும் அவற்றை விஞ்சுவதாயுங்கூடப் படைக்கலாம். *Pure Science, Technology* என இரண்டு இருக்கின்றன. உருவம்–உத்தி என்கிற முறையில் இவை *Technology* என்று நாம் பொதுவாக அறிவதோடு ஒப்பிடலாம். மேலை நாடுகளிற் பல உத்திகள் தோன்றுவதற்குப் பல ஆண்டு வளர்ச்சி தேவைப்பட்டால் நாமும் அவற்றைப் பயன்படுத்த அதே கால அளவு காத்திருக்க வேண்டும் என்கிற தேவையில்லை. ஓர் உதாரணத்திற்குக் கூறுகிறேன். ஆப்பிரிக்க இலக்கியம், மேற்கிந்திய இலக்கியம் என்று எழுத்து உருவத்தில் சுமார் முப்பதாண்டுகள் நாற்பதாண்டுகளுக்கு முன்பு கிடையாது. ஆனால் இன்று ஆப்பிரிக்காவில் எழுதும் சின்னுவ அச்சுபியும் வோலே ஸோயெங்காவும் மேற்கிந்தியத் தீவுகளைச் சேர்ந்த வி.எஸ். நைபாலும் இன்று நோபல் பரிசுக்குக் கருதப்படும் அளவுக்கு உயர்வாக மதிக்கப்படுகிறார்கள். சமீபகாலத்தில் ஆஸ்திரேலிய இலக்கியம் சர்வதேச கவனிப்பையும் மதிப்பையும் பெற்றிருக்கிறது.

பாட்ரிக் நைட் என்னும் ஆஸ்திரேலிய நாவலாசிரியர் மிகச் சமீப காலத்தில் நோபல் பரிசை வென்றார். நோபல் பரிசு பெறும் படைப்புகள், எழுத்தாளர்கள் எல்லாரும் ஒரு சீரான குறைந்தபட்ச தகுதியுடையவையாக இருக்கும். பொதுவாகத் தமிழர்கள் பரந்த மனப்பான்மை உடையவர்கள்தான். ஆனால் அவர்கள் இதுவரை சிருஷ்டி செய்த சிறந்த படைப்புகளோடு திருப்திப்பட்டுவிடக் கூடாது இதில் மற்ற மொழி இலக்கியங்களுடன் அடிக்கடி ஒப்பியல் ஆய்வு செய்துகொள்வது நலம். உங்கள் எல்லோருக்கும்

தெரியும், முதல் தமிழ் நாவல் எழுதிய வேதநாயகம் பிள்ளையும் அதற்குப் பின் எழுதிய ராஜம் அய்யர், மாதவையா போன்றவர்களும் ஆங்கில இலக்கியத்தின் பாதிப்புக்கு உட்பட்டவர்கள். இந்த நூற்றாண்டு தமிழ் இலக்கிய வரலாற்றைக் கூர்ந்து கவனித்தால் சிறந்த எழுத்தாளர்கள் என்று பொறுக்கி எடுக்கப்படுபவர்கள் ஏறத்தாழ எல்லாரும் அயல் இலக்கிய பாதிப்பும் தாக்கமும் உடையவர்கள். அன்றைய புதுமைப்பித்தனி லிருந்து இன்றைய வண்ணதாசன் வரை வேற்றுமொழி பாதிப்பிற்கு நேரிடையாகவோ மறைமுகமாகவோ உள்ளானவர்கள்.

கேள்வி: *உங்களைப் பாதித்த நூல்கள், ஆசிரியர்கள் பற்றிக் கூற முடியுமா?*

அசோக: எனக்கு நன்கு எழுதப் படிக்கத் தெரிந்த மொழிகள் தமிழும் ஆங்கிலமும்தான். ஆங்கிலத்தில் ஆங்கில இலக்கியம் மட்டுமல்லாமல் பல்வேறு உலக மொழி இலக்கியங்களும் மொழிபெயர்ப்பில் கிடைத்துவிடுகிறது. பார்க்கப்போனால் எமது இந்திய மொழிகளிலுள்ள இலக்கியங்களை நான் அறிந்ததுகூட ஆங்கிலமொழி பெயர்ப்பு மூலந்தான். ஒரு குறிப்பிட்ட ஆசிரியர் என்று கூற முடியவில்லை. நானும் என் எழுத்து மூலத்தை அறிய நிறையச் சிந்தனை புரிந்திருக்கிறேன். யாருடைய பாதிப்பு அதிகம், யாருடைய பாதிப்பு முதல் என்பதற்குப் பதில் ஒரே மாதிரி எல்லா நேரங்களிலும் வராததற்குக் காரணம் பாதிப்புகள் அவ்வளவு உள்ளன. ஒரு முறை சார்லஸ் – டிக்கன்ஸ், தாமஸ் ஹார்டி, டி.எச். லாரென்ஸ் பாதிப்பு முதலில் ஏற்பட்டது என்று தோன்றுகிறது. உடனேயே பள்ளி நாட்களிலேயே ஒன்றிரண்டு டால்ஸ்டாய் கதைகள் படித்தது இன்னும் பசுமையாக இருக்கிறது. டாஸ்டாவ்ஸ்கியின் படைப்புகளும் என்னை பெருமளவுக்குப் பாதித்திருக்கின்றன. இப்படித்தான் பட்டியலை நீட்டிக்கொண்டே போகலாம். நாம் நல்ல இலக்கியம் படிக்க வேண்டும் என்று மட்டும் ஆவலை வளர்த்துக்கொண்டுவிட்டால் ஓராண்டுக்குள் எவ்வளவோ ஆசிரியர்களின் படைப்புகளைப் படித்தறிய முடியும். எனக்குத் தெரிந்த பல சிற்றூர் அல்லது கிராமத்து நண்பர்கள் இந்த அவா காரணமாக எப்படியாவது பல நூல்களைத் தேடிப்பிடித்து விடுவதுண்டு. பெரு நகரங்களில் எல்லா நூலக வசதிகளையும் பெற்ற பலர் இவ்விஷயத்தில் அக்கறை

கொள்ளாமல் இருந்துவிடுவதுண்டு. நான் இதெல்லாம் விதேசி மனப்பான்மையில் கூறவில்லை. இலக்கியம் மொழி, தேசம் முதலிய எல்லைகளைக் கடந்தது. ஒரு எழுத்தாளன் அவனுடைய மரபு, கலாச்சாரம் பற்றி ஸ்திரமான தெளிவு உள்ளவரை அவன் அயல்நாட்டு அல்லது அயல்மொழி இயக்கங்களால் பயனே பெறுவான். ஆனால் இதற்கெல்லாம் விதிவிலக்குகள் உண்டு. தமிழ் மொழி மட்டுமே அறிந்த ஓர் எழுத்தாளருக்குப் பெரிய வீச்சு இருக்க முடியாது என்பதில்லை. தமிழ்நாட்டிலேயே கி. ராஜநாராயணன், வண்ணநிலவன் போன்றவர்கள் அதிகம் ஆங்கிலப் பரிச்சயம் இல்லாதவர்கள். இதனால் அவர்களுடைய கலைத்தன்மையோ ஆற்றலோ குறைவுபட்டதாகப்போக வில்லை. விமரிசனத் துறையில் மட்டுமே பல மொழிப் பரிச்சயமும் பல மொழி இலக்கியப் பரிச்சயமும் மிகவும் அவசியம் என்று நினைக்கிறேன்.

கேள்வி: நீங்கள் அமெரிக்காவில் ஓர் எழுத்தாளர் பட்டறையில் பங்கு பெற்றிருக்கிறீர்களே. அதைப் பற்றிக் கேட்க ஆவலாயிருக்கிறேன்.

அசோக: ஒரே கட்டிடத்தில் ஒரே நேரத்தில் உலகத்தின் பல்வேறு பகுதிகளிலிருந்து வந்திருந்த இருபத்தைந்து எழுத்தாளர்களுடன் தொடர்ந்து ஏழு மாதம் வசிக்க நேர்ந்தது என் இலக்கியப் பயணத்தில் ஒரு மிக முக்கிய கட்டமாகக் கருதுகிறேன். அந்தப் பட்டறைக்கு நல்ல தேர்ந்த எழுத்தாளர்கள்தான் அழைக்கப்படுகிறார்கள். அவர்களுடைய நாட்டிலும் மொழியிலக்கியத்திலும் சாதனை சில புரிந்தவர்களே அதில் அங்கம் வகித்தவர்கள். நான் சென்ற ஆண்டு ஆப்பிரிக்க எழுத்தாளர்கள், ஐரோப்பிய எழுத்தாளர்கள், லாடின் அமெரிக்க எழுத்தாளர்கள், சீனா–ஜப்பான் எழுத்தாளர்கள் எனப் பல பகுதி எழுத்தாளர்கள் வந்திருந்தார்கள். சிலர். சோஷலிச நாடுகளிலிருந்து வந்தவர்கள், சிலர் மாறான அமைப்புக்கொண்ட நாடுகளைச் சார்ந்தவர்கள். சிலர் முப்பது வயதைக்கூட எட்டாதவர்கள். சிலர் ஐம்பது அறுபது வயதை எட்டியவர்கள். அநேகமாகத் தினமுமே இலக்கிய சர்ச்சைகளும் பரிமாறல்களும் இருக்கும். ஒவ்வொரு வெள்ளிக்கிழமையும் ஒரு அதிகாரப்பூர்வமான கருத்தரங்கு நடைபெறும். அதில் ஒரு எழுத்தாளர் அவர் நாடு, மொழி, இலக்கியம் பற்றி ஒரு கட்டுரை சமர்ப்பிக்க

அது தீவிரமாக ஆய்வுக்கு எடுத்துக்கொள்ளப்படும். இந்த முறையில் மிகவும் நேரடியாக எனக்கு உலகத்தில் பல மொழி இலக்கியங்களையும் கலாச்சாரங்களையும் அறிந்துகொள்ள நேர்ந்தது. நான் அந்தப் பட்டறைக்கு முன்பே – அதிலுள்ள பல எழுத்தாளர்களின் படைப்புக் களை அறிந்திருந்தேன். ஆதலால் அவர்களோடு ஓர் ஆழ்ந்த இலக்கிய உறவு ஏற்படுத்திக்கொள்ள அதிக காலம் தேவைப்படவில்லை. இந்திய மொழி இலக்கியங் களில் சிலதான் அந்த இருபத்தைந்து பேரில் சிலருக்குத் தான் தெரிந்திருந்தது. தற்காலத் தமிழ்பற்றி யாருமே ஒன்றுமே அறிந்திருக்கவில்லை நான் அந்நிய மொழி இலக்கியப்பரிச்சயம் அவசியம் என்றதற்கு ஒருகாரணம் நம்முடைய தமிழ் இலக்கியமும் அந்த நாடுகளில் அறியப்பட வேண்டும், மதிக்கப்பட வேண்டும் என்பதுதான். நாம் படைப்பிலக்கியத்தின் தரத்தையும், பரப்பையும் விரிவுபடுத்த எவ்வளவு பாடுபட வேண்டுமோ அந்த அளவுக்கு மொழிபெயர்ப்பிலும் முயற்சி செய்ய வேண்டும். என்னால் தனிப்பட்ட முறையில் அந்த ஒரு எழுத்தாளர்கள் அனைவரிடமும் தமிழ் மொழி இலக்கியம் அடைந்துள்ள சாதனைகளைத் தெரிவித்து அவர்கள் அதை மதிக்கவும் செய்ய முடிந்தது. என்னை அவர்கள் சதையும் இரத்தமுமாக நேரிடை யாகப் பார்க்க நேர்ந்ததால் அவர்களுடைய முதல் கவனம் என்னுடைய படைப்புகளில் இருந்தது. அங்கு சில தமிழ்க் கவிதைகளை மொழிபெயர்த்துக் கொடுத்தேன். அவர்களாக ஞானக்கூத்தன் எழுதிய "அம்மாவின் பொய்கள்" என்ற கவிதையைச் சிறந்ததாகத் தேர்ந் தெடுத்ததோடு மட்டுமல்லாமல் அக்கவிதையின் நாடக மாக்கத்தில் அதற்கு முற்றிலும் ஒரு புதிய பரிமாணம் கொடுத்தார்கள். இவ்வளவிற்கும் அந்த நாடகக் காட்சிக்குப் பொறுப்பெடுத்து இயக்குநராக இருந்தவர் ஒரு இருபத்து மூன்று வயதுப் பெண் கவிஞர்! என் கதைகளில் 'ரிக்ஷா', 'நம்பிக்கை', 'பார்வை, பிரயாணம்' போன்றவை பல இடங்களில் உரத்துப்படிக்கப்பட்டன. கேட்டவர்களை அவை மிகக் கவனமாகவும் ஆழமாகக் கவர்ந்தது. இது என் தனிப்பட்ட சாதனையாக நான் கருதவில்லை. தற்காலத் தமிழ்ப் புனைகதை இலக்கியம் அடைந்துள்ள மேன்மையாகத்தான் நான் கருதுகிறேன்.

கேள்வி: ஈழத்துத் தமிழிலக்கியத்தின் போக்கையும் வளர்ச்சியை யும் பற்றித் தங்கள் அபிப்பிராயம் என்ன?

அசோக: நான் பங்கு பெறும் கணையாழி பத்திரிகையில் ஈழத்து எழுத்தாளர்கள் நுஃமான், ரத்னசபாபதி ஐயர், சாந்தன், யேசுராசா, ராசரத்னம், திக்குவல்லை கமால், பெ. மனோகரன் போன்றோருடைய படைப்புகள் பிரசுரிக்கப் பெற்று அவை நல்ல கவனம் தென்னிந்தியர்களிடையே பெற்றன. நுஃமானின் 'சதுப்புநிலம்' என்னும் சிறுகதையும் யேசுராசாவின் கவிதைகளும் சமீபத்தில் சாந்தனின் 'நீக்கல்கள்' என்னும் சிறுகதை – இவையெல்லாம் என்னிடம் விசேஷமாக நல்ல அபிப்பிராயம் ஏற்படுத்தின. கைலாசபதி அவர்களின் 'தமிழ் நாவல் இலக்கியம்' என்னும் நூல் என்னிடமும் இந்தியத் தமிழ்ப் படைப்பாளர்களிடமும் மிகுந்த பாதிப்பு ஏற்படுத்தியது. சென்னை வாசகர் வட்டம் வெளியிட்ட 'அக்கரை இலக்கிய' தொகுப்பு மூலம் இலங்கைப் பகுதி மிகவும் ஆழமான கவனம் பெற்றது. கணேசலிங்கனின் படைப்புகள், மற்றும் முருகையன், சிவகுமாரன், தர்மு சிவராமு, மஹாகவி, தளைய சிங்கம் இவர்களெல்லாம் எனக்கு அறிமுகம் ஆனவர்கள். என்னுடைய இலங்கைத் தமிழ் இலக்கியப் பரிச்சயம் இன்னமும் பரவலாகவும் இருந்தால் நலமாயிருக்கும்.

1977

ஒரு இலங்கைத் தமிழ் மாணவனோடு பேசியபோது

"முற்போக்கு இலக்கியங்களுடைய சேவை புத்திஜீவிகள் மத்தியிலேயே தோன்றி அவர்கள் மத்தியில் மட்டுமே பரவிக் குறுகியவர்கள் மட்டத்திலேயே அழிந்துவிடு கின்றது"என்ற கூற்றை நீங்கள் ஏற்றுக்கொள்கிறீர்களா?

இந்தக் கேள்விக்கு ஆம், இல்லை என்கின்ற ரீதியில் பதில் சொல்ல வேண்டுமானால் இல்லை என்றுதான் நான் கூறுவேன். புத்திஜீவிகள் என்கின்ற சொல்லுக்கு நாம் என்ன இலக்கணம் வகுத்துக் கொள்கின்றோம் என்பதைப் பொறுத்துதான் பதில். என்னுடைய கணிப்பில் "புத்தி ஜீவிகள்" என்று நாம் அடையாளம் இடும் நபர்களில் மிகச் சிலரையே எந்த நல்ல இலக்கியமும் சென்று அடைகின்றது. அவர்களில் பெரும்பான்மையினர் அவர்களுடைய துறைகளில் முக்கியமான வெளியீடுகளைப் படித்து விடுகிறார்கள். இலக்கியம் என்னும்போது சிலர் மிகச் சாதாரணமாக மர்மக் கதைகளோடு திருப்தி அடைந்து விடுகிறார்கள். இப்போக்கு வளர்ந்த நாடுகளில் கூடக் காணப்படுகிறது. ஆனால் அங்கு சிறந்த இலக்கியவாதிகள் பற்றி ஒரு சிறு குறிப்பாவது அறிந்திருப்பார்கள். தமிழில் பல உயர்மட்ட அல்லது புத்திஜீவிகள் மத்தியில் பல இலக்கிய வாதிகள் அனாதைகள்போல உணருவார்கள்.

தமிழில் புதுக்கவிதைகள், புதுக்கவிதைக்கப்பட்டவையல்ல, புதுக்கவிதை கவிதையே அல்ல என்ற தகவல்கள் பற்றித் தங்கள் கருத்து என்ன?

மரபுவழியில் இயற்றப்படவில்லை என்ற ஒரே காரணத்திற் காகவே நவீன கவிதைகள் ஒதுக்கப்படுவது தற்சமயம் நிகழ்வ தில்லை. ஆனால் எல்லாக் காலத்திலும் நல்ல கவிதையும் மோசமாக இயற்றப்பட்டது உண்டு. இப்பொழுது ஏராளமான கவிதைகள் எழுதப்படுகின்றன. ஆதலால் கணிசமான எண்ணிக்கையில் மோசமான கவிதைகள் இதில் இருப்பது இயற்கையே.

தமிழீழ விடுதலைப் போராட்டத்தைப் பொறுத்தவரையில் ஒவ்வொரு எழுத்தாளனும், கவிஞனும் தனது படைப்பின் மூலமாகப் பிரச்சாரத்தையே மேற்கொள்ள வேண்டியவனாகின்றான். இலக்கியத்தைப் பிரச்சாரத்திற்குப் பயன்படுத்தலாமா?

ஈழத்தமிழர் நிலை இன்று மிகவும் அசாதாரணமானதும் துயர் கொண்டதுமாக உள்ளது. இத்துயரத்தை அகற்றுவதற்கு எல்லாச் செயலும் எண்ணமும் துணைப் போக வேண்டும். இந்நிலையில் அவர்களது இலக்கியப் படைப்பு "பிரச்சாரம்" என்ற அப்பெயருக்கு உட்படாது. ஜீவமரணத்திற்கிடையே போராடிக்கொண்டிருப்பவரின் நாடித் துடிப்பாகவும் பெருமூச்சாகவும் கருதப்படும்.

"போராட்டத்திற்கு இலக்கியமும் ஒரு ஆயுதம்" என்ற கூற்றில் எந்தளவுக்கு உண்மை இருக்கின்றது?

மீண்டும் கூற வேண்டும். இது ஓர் அசாதாரண கட்டம், அதற்கு நிவர்த்தி காண ஒவ்வொரு அசைவும் உதவுவதாக இருக்க வேண்டும். இலக்கியம் மாபெரும் ஆயுதமாகப் பயன்படும் என்று நான் நம்பவில்லை. ஆனால் ஒவ்வொரு எழுத்தும் எந்தச் சிறிய அளவிலாவது போராட்டத்திற்குத் துணை போவதாக இருக்க வேண்டும்.

தமிழக எழுத்தாளர்கள் தமிழீழப் பிரச்சினையை எப்படி அணுக வேண்டும் என்ற வரையறை உண்டா? அப்படியாயின் ஏன் இன்னும் தமிழீழப் போராட்டத்தைத் தழுவிய இலக்கியங்கள் தமிழகத்தில் தோன்றவில்லை?

எங்கு ஒடுக்குமுறை நேரிட்டாலும் அதற்கு எதிர்ப்புத் தெரிவிப்பவனாகத்தான் அவ் எழுத்தாளன் இருப்பான். தமிழ் எழுத்தாளனும் இதற்கு விதிவிலக்காக இருக்க முடியாது.

ஆனால் தமிழீழப் போராட்டத்தைத் தழுவிய இலக்கியம் என்று எல்லா எழுத்தாளர்களாலும் படைக்க முடியாது. கவிதைகளில் உணர்வு அடிப்படையில் சில வரிகள் இயற்ற முடியும். அதற்குமேல் அவர் முயற்சி செய்வது உண்மையான போராளிகளை அவமதிப்பதாகக் கூற முடியும். சந்தர்ப்ப சூழ்நிலைகள் பற்றிய பரிச்சயம் கணிசமானளவு இருந்தால்தான் ஒரு சிறுகதையாவது எழுத முடியும்.

தமிழக எழுத்தாளர்களில் பலருக்கு இன்னும் தமிழீழப் போராட்டத்தில் அக்கறையில்லாதது ஏன்?

இது உண்மையான நிலை அல்ல என்றுதான் நான் நினைக்கின்றேன். ஒரு மிகச் சாதாரண தமிழகத்தவருக்குக்கூட ஈழத் தமிழரின் தற்போதைய போராட்டத்தில் அனுதாபமும் அக்கறையும் இருக்கிறது என்றுதான் எனக்குத் தோன்றுகின்றது. ஆனால் அதை எந்த முறையில் பயனுள்ளதாக வெளிப்படுத்த வேண்டும் என்று புரியாமல் இருக்கலாம். ஆதலால் எந்தக் குறிப்பிட்ட உதவி வேண்டும் என்று தெரியப்படுத்தினால் அவர்கள் சக்திக்கேற்ப அவசியம் உதவுவார்கள் என்றே நம்புகின்றேன். ஆனால் பல எழுத்தாளர்கள் மிகவும் எளிய நிலையில் இருப்பவர்கள். எழுத்தாளரைக் காட்டிலும் பத்திரிகை வானொலி போன்ற தகவல் சாதனங்களை இயக்குபவர்கள் உங்களுக்குப் பயனுள்ள முறையில் தங்கள் அக்கறையைக் காட்ட முடியும்.

தமிழகத்தில் கல்வி பயிலும் தமிழீழ மாணவர் எத்தகைய அணுகு முறையை இந்தக் காலகட்டத்தில் கையாள வேண்டும் என்று கருதுகிறீர்கள்?

தமிழீழ மாணவர்கள் பல நிர்ப்பந்தங்களை எதிர்நோக்கி யிருப்பவர்கள். அவர்களுடைய பிறந்த மண் பற்றியும் அவர்கள் மக்கள் பற்றியும் எந்த விதத்திலும் தப்பபிப்பிராயம் நேராதபடி அவர்கள் நடந்துகொள்ள வேண்டும். அறிவை வளர்த்துக் கொள்ளும் பொறுப்பு மட்டும் கொண்டு சுதந்திரமாகக் கல்வி கற்று இருக்க வேண்டிய மாணவப் பருவத்தில் அவர்களுக்கு இது பெரும் சோதனைக்காலமாக அமைந்துவிட்டது. போராட்டத்தை வழிநடத்திச் செல்ல அவர்களுக்கு வாய்ப்பு நேரும்போது பின்வாங்கக் கூடாது. அவர்களால் இயன்றது எல்லாம் தயங்காமல் புரிய வேண்டும்.

தமிழீழ விடுதலைப் போராளிகள் பற்றிய தங்கள் கருத்தென்ன?

ஈழ விடுதலைக்குப் போராடுபவர்கள் மீது முழு ஈடுபாடு இருந்தாலும் அவர்களைப் பற்றி மனதில் தயக்கம் ஏற்படுமாறு

ஒரு சில தகவல்களும் கூறப்படுகின்றன. விடுதலை இயக்கம் போராட்ட காலத்திலாவது ஒருங்கிணைப்புக் கொண்டதாக இருப்பதுதான் அதிக காலதாமதமாகாமல் இலக்கை அடைய உதவும் என்று நான் கூறி அவர்களுக்குத் தெரிய வேண்டும் என்றில்லை. ஒரு பொது எதிரியை முறியடிப்பதற்காக மாஓவும், சியங்காய் ஷேக்கும்கூடப் பல ஆண்டுகள் இணைந்து ஜப்பானியருக்கெதிராகப் போரிட்டார்கள். ஆனால் அவர்கள் இருவரும் கொள்கைரீதியில் கடும் எதிரிகள்.

1985

கவிஞர் காமராசன் விவாதிக்கிறார்

நா. காமராசன்: கிரிக்கெட்டைப் பற்றி நல்ல கலையம்சத்தோடு நீங்கள் எழுதிய 18வது அட்சக்கோடு' நாவலை மிகவும் ரசித்துப் படித்திருக்கிறேன். இன்றைக்கு இந்தியா, ஆஸ்திரேலியா கூட ஆடு கிறார்கள் அல்லவா? இந்தியா ஜெயிக்க வேண்டும் என்று எண்ணினேன். இப்ப நாம்ப வந்து உட்கார்ந்தவுடனேயே இந்தியா ஜெயித்துவிட்டது என்று அறிவித்துவிட்டார்கள். ஒரு கவிஞனுடைய ஆசை நிறைவேறிய சமயமாகப் பார்த்து நாம் சந்திக்கிறோம்.

அசோகமித்திரன்: நம்முடைய முதல் சந்திப்பு உங்களுக்கு ஞாபகம் இருக்கிறது இல்லையா? ஜீவன் பிரஸ் என்கிற அச்சகத்தில்தான் சந்தித்தோம். உங்க ளுடைய 'கறுப்பு மலர்கள்', 'சூரியகாந்தி' கவிதைத் தொகுப்பு நூல்களை நீங்கள் வெளியிடுகிற சமயம். என்னுடைய முதல் சிறுகதை தொகுப்பான 'வாழ்விலே ஒரு முறை' அந்த ஜீவன் அச்சகத்திலேதான் தயாராகிக்கொண்டிருந்தது. அப்புறம் சோதனை என்று ஒரு பத்திரிகை நடத்தி னீர்களே? ரொம்ப ஆர்வத்தோடு நீங்கள் நடத்திய அந்தப் பத்திரிகையின் முதல்

இதழில் கி. ராஜநாராயணனின் கதை வெளிவந்திருந்தது. இரண்டாவது இதழ் தயாராகிக்கொண்டிருந்த சமயத்தில் நீங்கள் என் வீட்டிற்கு வந்தீர்கள். "உங்களுடைய கதை கட்டாயம் சோதனையில் வெளியாகியே தீரவேண்டும்," என்று சொன்னீர்கள் – நானும் ஒரு கதை எழுதிக் கொடுத்தேன். தலைப்புக்கூட எனக்கு இன்னமும் நினைவிருக்கிறது. புண் உமிழ் – குருதி. நல்ல கதை அது. ஆனால் துரதிருஷ்டவசமாக நீங்கள் சோதனையைத் தொடர்ந்து வெளியிட முடியாமல் போய்விட்டது.

நா. கா: நான் நடத்திய 'சோதனை' இதழுக்கு வரவேற்பு இருந்தது. நிர்வாகத் திறமையின்மையால் அதைத் தொடர்ந்து நடத்த முடியாமல் போய்விட்டது. ஆனால் காலம் ஏற்படுத்துகிற மாற்றத்தைப் பாருங்கள். தமிழக முதல்வர் புரட்சித் தலைவர் எம்.ஜி.ஆர். என்னைப் போன்ற ஒரு கவிஞனையே நிர்வாகத் துறையில் ஈடுபடுத்தி விட்டார். (துணைத் தலைவர், தமிழ்நாடு கதர் கிராமத் தொழில் வாரியம்.) இதை ஓரளவுக்கு என்னால் நன்றாக நடத்த முடிகிறது என்று இந்த நேரத்தில் நினைத்துப் பார்க்கும்போது முதல்வருடைய அன்பும், தீர்க்க தரிசனமும் தெளிவாகத் தெரிகிறது. வெளியே நாம் நல்ல முழக்கங்களை முழங்கிவிட்டு, நடைமுறையில் தவறுகளைச் செய்துகொண்டே வருகிறோமோ என்ற ஒரு சந்தேகம் எனக்கு ஏற்படுகிறது.

வங்காளத்தில் சரத் சந்திரர் காலத்தில் ஒவ்வொரு வீட்டிலும் விதவைகள் இருப்பார்களாம். ஒரு வீட்டிற்கு நாம் போனதும், இந்த வீட்டில் எத்தனை குழந்தைகள் என்று விசாரிக்கிற மாதிரி, 'இந்த வீட்டில் எத்தனை விதவைகள்?' என்று கேட்பார்களாம். அப்பேர்ப்பட்ட ஒரு காலகட்டத்தில் ஒரு எழுத்தாளனும், அரசியல் தலைவரும் சந்தித்தார்களாம். அரசியல் தலைவர், எழுத்தாளரிடம், 'என்னங்க, நம்முடைய மாநிலத்தில் விதவைகளின் எண்ணிக்கை பெருகிக்கொண்டே போகிறதே?' என்று கேட்டபோது எழுத்தாளர், "என்னுடைய கவிதைகளில் மட்டும்தான் அவர்களைப் பற்றி நிறைய எழுதியிருக்கிறேன்" என்று பதில் சொன்னாராம். அதைப் போல நம்முடைய லட்சியத்தைக் கற்பனா வாதத்தோடு நிறுத்திக்கொண்டு நடைமுறைக்குக் கொண்டு வரவில்லையோ என்று நினைக்கிறேன்... ஒரு பத்திரிகையில் விமரிசனம்

எழுதியிருந்தார்களே? 'புதுமைப்பித்தனுடைய கதைக ளெல்லாம் திருத்தப்பட வேண்டியவை, அரை குறையாக உள்ளன' என்று நீங்கள் குறிப்பிட்டதாக எழுதியிருந்தார்கள். அது உண்மையா?

அசோக: புதுமைப்பித்தனைப் பற்றி நான் எழுதியிருந்த கட்டுரையை அந்தப் பத்திரிகையின் விமரிசகர் சரியாகப் படிக்கவில்லை. புதுமைப்பித்தன் கதைகளில் இதுவரை காணப்படாத பல நுணுக்கங்களை இம்மாதிரி செய்திருக்கிறார் என்று எடுத்துக்காட்டியிருந்தேன். செல்லம்மாள் என்கிற அவருடைய கதையை அந்தக் காலத்திலேயே ரொம்பக் கிண்டல் பண்ணுவார்கள். அழிவை நோக்கிப் போகிற வாழ்வில் அவநம்பிக்கையை ஊட்டுகிற கதை என்று சொல்வார்கள். ஆனால் நான் அந்தக் கதை அவர் எழுதியிருந்த கதைகளில் விசேஷ மான ஒரு கதை என்று குறிப்பிட்டிருந்தேன். புதுமைப் பித்தனின் 'சித்தி' என்கிற கதையும் அப்படித்தான் ரொம்பவும் விசேஷமானது. இதையெல்லாம் நான் சொல்லியிருக்கிறேன்.

நா.கா: எந்த எழுத்தாளனும் விமரிசனத்திற்கு உட்பட்டவன் தான்; உங்களைப் போலவே எனக்கும் ஒரு அனுபவம் உண்டு. பாவேந்தர் பாரதிதாசனைப்பற்றி நான் ஒரு சமயம் குறிப்பிட நேர்ந்தபோது, 'உலகத்திலேயே தொழிலாளர் மொழியைப் பற்றி ரொம்பச் சிறப்பாகப் பாடியிருக்கிறவர் பாரதிதாசன்தான், ஆனால் காதலை அணுகுகிறபோது பாரதி ஒருத்தர் தான் – ஸப்ளிமிடி என்று ஷேக்ஸ்பியர் குறிப்பிட்டாரே – அந்த தெய்வீக நிலையில் பாடியிருக்கிறார், பாரதிதாசன் ஆபாசமாகப் பாடிவிட்டார்,' என்று சொல்லியிருந்தேன். நான் எழுதியிருந்த இந்தக் கருத்தை எதிர்த்து ஒரு வருஷம் விமரிசனம் செய்துகொண்டே இருந்தார்கள். இன்னொரு விஷயம். விஞ்ஞானம் கலை, இலக்கியம் எல்லாம் மக்களுக்குப் பயன்படுகிறபோதுதான் முழுமை அடைகிறது என்பது என்னுடைய கருத்து. எனவே இலக்கியத்தில் வெறும் சமத்காரம் மட்டும் காட்டினால், மனித இனத்தை அவ்வளவு நெருங்காது. மக்களுக்குப் போய்ச் சேருகிறபோது முழுமையாகப் பயன்பட முடியும் என்று நினைக்கிறேன்.

அசோக: இது விஷயத்தில் நாம் இரண்டு பேரும் ரொம்பவும் வேறுபடுகிறோம். இலக்கியம் என்பது ஒரு கலை வெளிப்பாடு. மனிதன் சிருஷ்டிக்கப்பட்ட போதிலிருந்தே

இந்த இயல்பு அவனிடமிருந்து வந்திருக்கிறது. ஆனால் விஞ்ஞான வளர்ச்சிக்கு ஒரு பரிணாமம் உண்டு. ஆரம்பத்தில் வெறும் கைகளைக் கொண்டே சண்டையிட்டார்கள். பிறகு மிருகங்களை வேட்டையாடக் கற்களை வீசியெறிந்தார்கள். கல்லையே ஒரு கட்டை மரதிரி பண்ணினார்கள். அப்புறம் சக்கரம் வந்தது. அப்புறம் கூரை போட்டுக்கொண்டு, வசிக்க ஆரம்பித்தார்கள். பின்னர் சமைக்கத் தெரிந்து கொண்டார்கள். துணி நெய்யக் கற்றார்கள். இதெல்லாம் விஞ்ஞானத்தின் பரிணாம வளர்ச்சி. ஆனால் விஞ்ஞான வளர்ச்சியை அடைந்திராத அந்தக் காலத்திலேயே, மனிதன் குகை ஓவியங்களைத் தீட்டுவதற்குத் தெரிந்து வைத்திருந்தான். இது அவனுடைய இலக்கிய வெளிப்பாடு. இரண்டாயிரம் வருஷங்களுக்கு முன்பு எழுதப்பட்ட கிரேக்க நாடகங்களைப் பாருங்கள் எவ்வளவு சிக்கல்கள் நிறைந்த மன உணர்வுகளை நாடகங்களாகச் சித்திரித்திருக்கிறார்கள். ரொம்பவும் ஆச்சரியமாக உள்ளது. எனவே இலக்கியத்தை விஞ்ஞானத்தோடு சேர்க்கக் கூடாது.

நா . கா : இலக்கிய வெளிப்பாடாக இருந்தாலும் சரி, விஞ்ஞான பரிணாமமாக இருந்தாலும் சரி, அதை ஒரு பொறுப்பு உணர்ச்சியோடு செய்ய வேண்டும் என்பது என் கருத்து. அது எந்தக் காலகட்டமாக வேண்டுமானாலும் இருந்துவிட்டுப் போகட்டும்.

அசோக: எந்த ஒரு நல்ல கலையும் மனிதனுக்கு எதிரானதாகப் போனதே கிடையாது. உண்மையான மனித நலத்திற்கென்றே பிறக்கிறது.

நா. கா: இன்றைக்கு வெளியாகும் கதைகளில் பெரும்பாலானவை ‘குற்றமும், கொலைகளுமாகவே’ உள்ளன. முன்பெல்லாம் இது ஒரு பகுதியாகவே இருந்தது. மேதாவி, தமிழ்வாணன் மட்டுமே எழுதிவந்தனர். அவர்கள் எழுதிவந்ததை அடிப்படையாக வைத்தே, இன்றைக்கு உள்ள கதாசிரியர்கள் அமெரிக்கன் ஸ்டைலில் மாற்றி எழுதுகிறார்கள். அத்தகைய நாவல்களில் குற்றவாளிகள் சுலபமாகத் தப்பித்துக் கொள்கிறார்கள். இலக்கிய நயமும் அவற்றில் தொலைந்துபோய்விடுகிறது.

அசோக: இத்தகைய போக்கிற்கு இந்த குமுதம் பத்திரிகையையே ஒரு குற்றவாளியாக நான் சொல்ல முடியும். இந்தப்

பத்திரிகையும் அந்த மாதிரியான ஒரு டிரெண்ட், அந்த மாதிரியான கதைகள், அந்த மாதிரியான விஷயங்களுக்கு முக்கியத்துவம் கொடுத்துவந்திருக்கிறது.

நா. கா: இலக்கியத் தரமான கவிதைகளை அவர்களுக்குப் பல முறை நான் எழுதித் தந்திருக்கிறேன். அதை அப்படியே தான் வெளியிட்டார்கள்.

அசோக: யதார்த்தமாக உள்ள ஒரு உண்மையைச் சொல்லு வதற்காகக் குறிப்பிட்டேன். சுஜாதா ரொம்ப நன்றாக எழுதக் கூடியவர். அவர்கூட இரண்டாம் இடத்தில் தான் இருக்கிறாராம். மர்மக் கதை, துப்பறியும் கதை எழுதுகிறவர்தான் இப்போது நம்பர் ஒன் என்று சொல்லிக்கொள்கிறார்கள். இந்த நிலைமைக்குப் பாதி காரணம் இந்த மீடியாதான்.

நா. கா: சுஜாதா 'கரையெல்லாம் செண்பகப் பூ, ரொம்ப நன்றாக எழுதியிருந்தார். தானம் என்ற தலைப்பில் அவர் அண்மையில் ஒரு சிறுகதை எழுதியிருந்தார். எனக்குப் பிடிக்கவில்லை. பாரதியார் பல்கலைக் கழகத்தில் அண்மையில் ஒரு கூட்டத்தில் நான் பேசினேன். சிவசங்கரியும் நான் பேசும்போது இருந்தார். 'சுஜாதா, இந்துமதி, சிவசங்கரி போன்றவர்கள் நன்றாக எழுதக்கூடிய திறமையிருந்தும் நச்சு எழுத்தாளர்களாக மாறி வருகிறார்கள். அதைத் தடுக்க வேண்டும்' என்று சொன்னேன். என்னுடைய இந்த வேண்டுகோளையே, ஒரு கருத்தாக நீங்களும் சொல்லுகிறீர்கள் என்று நினைக்கிறேன். ஒரு மாற்றம் ஏற்பட வேண்டுமென்று நாம் விரும்புவோம்.

அசோக: நீங்கள் ஒரு கவிஞராகவும், நான் பத்திரிகை ஆசிரிய னாகவும் (கணையாழி ஆசிரியர்) உள்ள நிலையில்தான் நமக்குள் நல்ல பரிச்சயம் ஏற்பட்டது. கணையாழி இதழில்தான் விரிவாக உங்கள் கவிதைகளுக்குத் திறனாய்வு வெளியாயிற்று.

நா.கா. ஒரு சமயம் "சூரியகாந்தி", "கறுப்புமலர்கள்" இரண்டு கவிதைப் புத்தகங்களையும் தி. ஜானகிராமனுக்கு அனுப்பிவைத்திருந்தேன். ஒரு ஞாயிற்றுக்கிழமை காலையில் மோட்டார் சைக்கிளில் இரண்டு பேர் வந்து இறங்கினார்கள். இருவரில் ஒருவர் "நான் தான் ஜானகிராமன்," என்றார். நான் அப்படியே உணர்ச்சி வசப்பட்டுவிட்டேன். "முதன்முதலில் இப்போது தான் புதுக்கவிதை முறைப்படி வெற்றி பெற்றிருக்கிறது. நீ

மரபுக் கவிதையையும் நன்றாகப் படித்து மாடர்ன் ஆகப் புதுக்கவிதையையும் இயற்றியிருக்கிறாய்" என்று ஜானகிராமன் என்னிடம் சொன்னார்.

அசோக: முழுக்க முழுக்க இலக்கியத் துறையிலேயே கவிதைகள் எழுதிக் கொண்டிருந்த நீங்கள் சினிமாத் துறையில் பாடல் எழுத எப்படி முன் வந்தீர்கள்? உங்களுக்கு அது திருப்தி தருகிறதா?

நா.கா: சிறந்த இலக்கியவாதிகள் அரசியலுக்குப் போகாமலேயே ஒதுங்கிவிடுகிறார்கள். பெருவாரியான மக்களுக்கு எந்தக் கலை வடிவமும் அதிகம் போய்ச் சேரக் கூடிய துறை சினிமா ஒன்றுதான். அதை இலக்கியத் தரமுள்ளதாகச் செய்ய வேண்டும் என்ற ஆசையில்தான் சினிமாப் பாடல்கள் எழுத முனைந்தேன். 'உதடுகளில் உனது பெயர் ஒட்டிக்கொண்டது. அதை உச்சரிக்கும் போது நெஞ்சம் தித்திக்கிறது' (படம்: தங்க ரங்கன்) என்ற வரிகள் இலக்கியத் தரம் உள்ளதாகச் சொன்னார்கள் முதல்வர் எம்.ஜி.ஆர். படத்துக்கு எழுதின 'கனவுகளே ஆயிரம்கனவுகளே' பாடலையும் உதாரணமாகச் சொல்லலாம். உங்களை நான் முக்கியமாகக் கேட்க விரும்புவது, 'காவியங்கள் எல்லாம் இனிமேல் நிலைத்து நிற்க முடியாது' என்று சொல்லுகிறார்களே?

அசோக: 30, 40 வருஷங்களுக்கு முன்பே, 'கதை செத்துப் போய் விட்டது. நாவல் யுகம் முடிந்துவிட்டது. கவிதை சகாப்தம் ஓய்ந்தது' என்றெல்லாம் சொன்னார்கள். இப்படிச் சொல்லி வந்திருக்கிறவர்களை மீறி அற்புதமான படைப்புகளெல்லாம் சமீப காலங்களில் கூட வெளி வந்துள்ளன. போன வருஷம் அமெரிக்காவில் ஏற்பட்ட பரபரப்பு என்ன தெரியுமா? 'கோல்டன் கேட்' என்கிற நாவலையே கவிதை வடிவத்தில் வெளியிட்டிருக் கிறார்கள். நோபல் பரிசு தவிர, மற்ற எல்லாப் பரிசுகளையும் 'கோல்டன் கேட்' நாவல் பெற்றுவிட்டது. நகைச்சுவையோடு எழுதப்பட்ட சுவாரசியமான புத்தகம் அது. நானும் படித்தேன். புதுப்புது வடிவங்கள் கட்டாயம் வெளிவந்து கொண்டுதான் இருக்கின்றன.

குமுதம், 1987